베트남어판

레전드 **한국어 필수단어**

Từ Vựng Tiếng Hàn

Cơ Bản

bản tiếng Việt

레전드 한국어 필수단어 베트남어판
Từ Vựng Tiếng Hàn Cơ Bản bản tiếng Việt

Xuất bản lần đầu 2020.11.20.
In lần đầu 2020.11.10.

Tác giả Ju Ga-yeon
Hiệu đính Nguyen Thi Van Anh
Chủ biên Kim Eunkyung
Biên tập Lee Jeeyoung
Thiết kế IndigoBlue
Minh họa Seo Jeongim
Người thu âm Song Youme / Nguyen Thi Van Anh
Thu âm BRIDGE CODE

Người xuất bản Cho Kyung-a
Nhà xuất bản LanguageBooks (101-90-85278, 2008.7.10.)
Địa chỉ 208 Bellavista, (390-14, Hapjeong-dong)
31, Poeun-ro 2na-gil, Mapo-gu, Seoul, Korea
Số điện thoại +82-2-406-0047
Fax +82-2-406-0042
E-mail languagebooks@hanmail.net
Tải mp3 miễn phí blog.naver.com/languagebook

ISBN 979-11-5635-145-0 (13710)
Giá KRW19,000

Sách bị hỏng có thể được đổi tại nơi mua hàng.Biên mục trước xuất bản (CIP) của quyển sách này có sẵn tại 'http://seoji.ni.go.kr' hoặc 'http://www.ni.go.kr/kolisnet'. (CIP2020043559)

이 도서의 국립중앙도서관 출판예정도서목록(CIP)은 서지정보유통지원시스템 홈페이지(http://seoji.nl.go.kr)와 국가자료공동목록시스템(http://www.nl.go.kr/kolisnet)에서 이용하실 수 있습니다.(CIP제어번호: CIP2020043559)

레전드 한국어 필수단어 베트남어판

Từ Vựng Tiếng Hàn

Cơ Bản

bản tiếng Việt

Language Books

Lời tựa

Tiếng Hàn là một ngôn ngữ thú vị,
các bạn hãy học tiếng Hàn với < **Từ vựng tiếng Hàn cơ bản** >.

Mối quan hệ giữa Việt Nam và Hàn Quốc đang phát triển mạnh mẽ trên nhiều lĩnh vực. Theo đó, ngày càng nhiều người Việt Nam quan tâm đến văn hóa Hàn Quốc, trong đó có tiếng Hàn. Với nhiều lý do, người Việt Nam bắt đầu học tiếng Hàn như để giao tiếp với người Hàn, hiểu văn hóa Hàn Quốc hoặc xin việc v.v..

Tiếng Hàn được viết bằng hanguel (chữ cái tiếng Hàn) được sáng tạo một cách khoa học nên cách đọc và viết hangeul tương đối dễ dàng. Ngữ pháp tiếng Hàn khó nhưng trong từ vựng tiếng Hàn có nhiều từ gốc Hán do sự ảnh hưởng từ văn hóa Trung Quốc. Đây là một điểm rất thuận lợi cho người Việt Nam. Bạn có thể thấy thích thú và sẵn sàng vượt qua khó khăn khi học tiếng Hàn nếu có quan tâm đến văn hóa Hàn Quốc.

<Từ vựng tiếng Hàn cơ bản> tập hợp những từ ngữ được sử dụng phổ biến trong cuộc sống hàng ngày. Cuốn sách này cung cấp không chỉ lớp từ vựng căn bản trong từ điển mà còn bao gồm lớp từ thông dụng trong cuộc sống.

So với các ngôn ngữ khác, kính ngữ trong tiếng Hàn rất phát triển vì người Hàn coi trọng mối quan hệ xã hội. Do đó, người học cần phải sử dụng kính ngữ sao cho phù hợp với độ tuổi, mối quan hệ và ngữ cảnh. Điều này có thể gây khó khăn cho người học. Chính vì thế, phần chú thích trong sách sẽ giúp người học hiểu rõ hơn về điều này. Phần phiên âm tiếng Hàn bằng chữ La tinh giúp người mới bắt đầu học cũng có thể đọc tiếng Hàn dễ dàng. Hơn nữa, sách còn có file MP3 được thu âm bởi giọng nói chuẩn dành cho việc nghe và lặp lại.

Tôi xin chân thành cảm ơn gia đình và những người bạn luôn ủng hộ tôi. Đặc biệt tôi cảm ơn bạn Vũ Thị Minh Huyền đã hết lòng giúp đỡ. Tôi cũng muốn gửi lời cảm ơn đến nhà xuất bản Language books đã giúp đỡ tôi xuất bản cuốn sách này.

Tác giả Ju Ga-yeon

매력 있는 한국어,
〈**레전드 한국어** 필수**단어**〉와 함께 공부하세요.

한국과 베트남, 양국의 교류가 다양한 분야에서 나날이 발전해가고 있습니다. 이에 따라 한국 문화와 한국어에 대한 베트남 사람들의 관심이 커져 가고 있습니다. 한국 사람들과 소통하기 위해서, 한국 문화를 이해하기 위해서 혹은 좋은 직장에서 일하기 위해서 등 다양한 이유로 많은 베트남 사람들이 한국어 공부를 시작하고 있습니다.

한국어는 과학적인 원리로 만들어진 한글로 표기되기 때문에, 기본 원리를 배우기는 쉬운 편입니다. 문법이 다소 어렵지만, 중국의 영향으로 한자어가 많습니다. 이 점은 베트남 사람들이 한국어를 배울 때 유리한 점입니다. 한국 문화에 대해 관심이 있다면 한국어 공부를 하면서 어려운 점들을 극복할 수 있을 것이며 재미를 느낄 수 있을 것입니다.

〈**레전드 한국어** 필수**단어**〉는 실제 생활에서 자주 사용하는 단어를 모았습니다. 사전에 수록된 필수 어휘에서부터 일상에서 통용되는 단어들까지 수록하였습니다.

한국 사람들은 사회관계를 중시하기 때문에 한국어는 다른 언어에 비해 존댓말이 발달한 편입니다. 그렇기 때문에 학습자는 나이, 관계 혹은 상황에 따라 알맞은 존댓말을 사용해야 합니다. 이런 부분은 외국인 학습자에게 상당히 어려운 부분입니다. 그렇기에 이런 부분에 대해서는 별도의 팁을 추가해 놓았으니 읽어 보세요. 그리고 모든 단어와 예문을 로마자로 표기하였기 때문에 초급자도 쉽게 읽을 수 있습니다. 또한 원어민이 녹음한 MP3 파일이 있으니 듣고 따라 해 보세요.

항상 곁에서 응원해준 가족과 친구들, 특히 많은 도움을 준 친구 Vũ Thị Minh Huyền에게 감사의 인사를 전합니다. 그리고 이 책이 출판될 수 있도록 힘써 주신 랭귀지북스에 감사의 인사를 드립니다.

저자 주가연

Giới thiệu chung về sách

"**Từ vựng tiếng Hàn cơ bản**" tập hợp những từ ngữ cơ bản được sử dụng nhiều nhất ở Hàn Quốc. Cuốn sách này giúp người học có được kiến thức cơ bản trong việc học tiếng Hàn.

1. Có khoảng 3.200 từ vựng bạn nên biết!

Cuốn sách với khoảng 3.200 từ vựng chứa đựng lớp từ vựng thiết yếu cho người mới bắt đầu học cũng như người học có trình độ trung cấp. Sách gồm 24 chủ đề thường gặp trong cuộc sống. Ngoài ra còn có thêm 13 bài về các chủ đề khác nhau.

Sau những bài học từ vựng theo chủ đề là những bài 'Hội thoại hữu ích'. Nội dung hội thoại dựa trên tình huống thực tế. Đồng thời, cuối mỗi chương có phần 'Luyện tập' để bạn có thể tự đánh giá khả năng của mình.

9과 동물 & 식물 — MP3. B09

□ 동물 [동:물] dong-mul n. động vật

□ 반려동물 [발:려동물] bal-ryeo-dong-mul n. thú cưng

tip. Trước đây, người Hàn Quốc thường sử dụng '애완동물 [애:완동물 ae-wan-dong-mul]' để nói về thú cưng. Nhưng dạy này '반려동물' đã được thay thế cho '애완동물'.

□ 사육하다 [사유카다] sa-yu-ka-da v. nuôi
= 기르다 [기르다] gi-reu-da

□ 털 [털] teol n. lông
□ 모피 [모피] mo-pi n. da lông vũ
□ 털가죽 [털가죽] teol-ga-juk n. da lông vũ
□ 꼬리 [꼬리] ggo-ri n. đuôi
□ 갈기 [갈:기] gal-gi n. bờm

□ 발 [발] bal n. chân
□ 발톱 [발톱] bal-top n. vuốt
□ 할퀴다 [할퀴다] hal-kwi-da v. cào

□ 물다 [물다] mul-da v. cắn
= 깨물다 [깨물다] ggae-mul-da
□ (개가) 짖다 [짇따] jit-dda v. (chó) sủa
□ 으르렁거리다 [으르렁거리다] eu-reu-reong-geo-ri-da v. gầm gừ

□ 개 [개] gae n. chó
□ 강아지 [강아지] gang-a-ji n. cún
□ 멍멍 [멍멍] meong-meong ad. gâu gâu

tip. Có lúc ông bà gọi cháu là '강아지'. Đây là cách để biểu thị tình yêu thương của ông bà dành cho cháu.

강아지에게 '토리'라고 이름을 지어 주었어요.
gang-a-ji-e-ge 'to-ri' ra-go i-reu-meul ji-eo ju-eo-sseo-yo
Tôi đặt tên cho chú cún của tôi là 'Tori'.

□ 고양이 [고양이] go-yang-i n. mèo
□ 야옹야옹 [야옹냐옹] ya-ong-nya-ong ad. meo meo

114

9과 Động vật & Thực vật

□ 붓꽃 [붇꼳] but-ggot n. hoa diên vĩ
□ 벚꽃 [벋꼳] beot-ggot n. hoa anh đào
□ 수선화 [수선화] su-seon-hwa n. hoa thủy tiên
□ 난 [난] nan n. hoa lan
= 난초 [난초] nan-cho
□ 나팔꽃 [나팔꼳] na-pal-ggot n. hoa bìm bìm
□ 개나리 [개나리] gae-na-ri n. hoa mai Mỹ
□ 진달래 [진달래] jin-dal-rae n. hoa đỗ quyên

Hội thoại hữu ích 실전 회화

김미나 반려동물 있니?
bal-reo-dong-mul in-ni?
Cậu có nuôi thú cưng không?

송하영 응, 개를 키운 지 3년 됐어.
eung, gae-reul ki-un ji sam-nyeon dwae-sseo
Có, mình nuôi chó được 3 năm rồi.

김미나 집에서 개 키우는 게 힘들어?
ji-be-seo gae ki-u-neun ge him-deu-reo?
Nuôi chó trong nhà có vất vả không?

송하영 아니야, 우리 개는 교육이 잘 되어 있지. 햄스터 두 마리도 기르고 있어.
a-ni-ya, u-ri gae-neun gyo-yu-gi jal doe-eo i-jji. haem-seu-teo du ma-ri-do gi-reu-go i-sseo
Không. Chó nhà mình được dạy rất tốt. Mình còn nuôi hai con chuột hamster nữa.

121

3장. Lời chào

Luyện tập

Đọc và nối.

1. 개 • • cây
2. 계절 • • chó
3. 구름 • • động vật
4. 꽃 • • hoa
5. 나무 • • mặt trời
6. 날씨 • • mây
7. 날짜 • • mùa
8. 동물 • • ngày tháng
9. 시간 • • thời gian
10. 식물 • • thời tiết
11. 하늘 • • thực vật
12. 해, 태양 • • trời

1. 개 – chó 2. 계절 – mùa 3. 구름 – mây 4. 꽃 – hoa
5. 나무 – cây 6. 날씨 – thời tiết 7. 날짜 – ngày tháng 8. 동물 – động vật
9. 시간 – thời gian 10. 식물 – thực vật 11. 하늘 – trời 12. 해, 태양 – mặt trời

122

한국에서 가장 많이 쓰는 필수 어휘를 엄선하여 모았습니다. 일상생활에 꼭 필요한 어휘 학습을 통해, 다양한 회화 구사를 위한 기본 바탕을 다져 보세요.

1. 한국어 필수 어휘 약 3,200개!

왕초보부터 중급 수준의 한국어 학습자를 위한 필수 어휘를 수록하고 있습니다. 일상생활에서 꼭 필요한 대표 주제 24개를 선정하였고, 13개 주제를 추가하여 약 3,200여 개의 어휘를 담았습니다.

24개 주제별 어휘 학습 후 '실전 회화'의 실제 상황에 입각한 회화에서 어떻게 응용되는지 확인해 보세요.
그리고 각 장의 마지막에는 간단한 '연습 문제'가 있어 테스트도 할 수 있습니다.

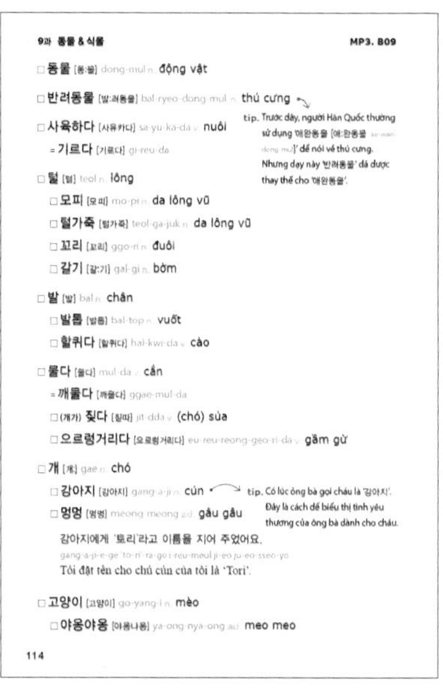
9과 동물 & 식물 MP3. B09

□ 동물 [동:물] dong-mul n. động vật
□ 반려동물 [발:려동물] bal-ryeo-dong-mul n. thú cưng
□ 사육하다 [사유카다] sa-yu-ka-da v. nuôi
= 기르다 [기르다] gi-reu-da
□ 털 [털] teol n. lông
□ 모피 [모피] mo-pi n. da lông vũ
□ 털가죽 [털가죽] teol-ga-juk n. da lông vũ
□ 꼬리 [꼬리] ggo-ri n. đuôi
□ 갈기 [갈:기] gal-gi n. bờm
□ 발 [발] bal n. chân
□ 발톱 [발톱] bal-top n. vuốt
□ 할퀴다 [할퀴다] hal-kwi-da v. cào
□ 물다 [물다] mul-da v. cắn
= 깨물다 [깨물다] ggae-mul-da
□ (개가) 짖다 [짇따] jit-dda v. (chó) sủa
□ 으르렁거리다 [으르렁거리다] eu-reu-reong-geo-ri-da v. gầm gừ
□ 개 [개:] gae n. chó
□ 강아지 [강아지] gang-a-ji n. cún
□ 멍멍 [멍멍] meong-meong ad. gâu gâu
강아지에게 '토리'라고 이름을 지어 주었어요.
gang-a-ji-e-ge 'to-ri'-ra-go i-reu-meul ji-eo ju-eo-sseo-yo
Tôi đặt tên cho chú cún của tôi là 'Tori'.
□ 고양이 [고양이] go-yang-i n. mèo
□ 야옹야옹 [야옹냐옹] ya-ong-nya-ong ad. meo meo

tip. Trước đây, người Hàn Quốc thường sử dụng '애완동물 [애:완동물]' để nói về thú cưng. Nhưng dạy này '반려동물' đã được thay thế cho '애완동물'.

tip. Có lúc ông bà gọi cháu là '강아지'. Đây là cách để biểu thị tình yêu thương của ông bà dành cho cháu.

114

□ 붓꽃 [붇꼳] but-ggot n. hoa diên vĩ
□ 벚꽃 [벋꼳] beot-ggot n. hoa anh đào
□ 수선화 [수선화] su-seon-hwa n. hoa thủy tiên
□ 난 [난] nan n. hoa lan
= 난초 [난초] nan-cho
□ 나팔꽃 [나팔꼳] na-pal-ggot n. hoa bìm bìm
□ 개나리 [개:나리] gae-na-ri n. hoa mai Mỹ
□ 진달래 [진:달래] jin-dal-rae n. hoa đỗ quyên

9과 Động vật & Thực vật

Hội thoại hữu ích 실전 회화

김미나 반려동물 있니?
bal-reo-dong-mul in-ni?
Cậu có nuôi thú cưng không?

송하영 응, 개를 키운 지 3년 됐어.
eung, gae-reul ki-un ji sam-nyeon dwae-sseo
Có, mình nuôi chó được 3 năm rồi.

김미나 집에서 개 키우는 게 힘들어?
ji-be-seo gae ki-u-neun ge him-deu-reo?
Nuôi chó trong nhà có vất vả không?

송하영 아니야, 우리 개는 교육이 잘 되어 있지. 햄스터 두 마리도 기르고 있어.
a-ni-ya, u-ri gae-neun gyo-yu-gi jal doe-eo i-jji. haem-seu-teo du ma-ri-do gi-reu-go i-sseo
Không. Chó nhà mình được dạy rất tốt. Mình còn nuôi hai con chuột hamster nữa.

121

3장. Lời chào

Luyện tập

Đọc và nối.

1. 개	•	• cây
2. 계절	•	• chó
3. 구름	•	• động vật
4. 꽃	•	• hoa
5. 나무	•	• mặt trời
6. 날씨	•	• mây
7. 날짜	•	• mùa
8. 동물	•	• ngày tháng
9. 시간	•	• thời gian
10. 식물	•	• thời tiết
11. 하늘	•	• thực vật
12. 해, 태양	•	• trời

1. 개 – chó 2. 계절 – mùa 3. 구름 – mây 4. 꽃 – hoa
5. 나무 – cây 6. 날씨 – thời tiết 7. 날짜 – ngày tháng 8. 동물 – động vật
9. 시간 – thời gian 10. 식물 – thực vật 11. 하늘 – trời 12. 해, 태양 – mặt trời

122

2. Hiệu quả hơn với việc học qua ảnh minh họa!

Hơn 1.000 ảnh minh họa trong sách sẽ giúp việc học trở nên sống động hơn. Học từ vựng qua ảnh minh họa giúp bạn có thể nhớ lâu hơn.

9과

Động vật & Thực vật 동물 & 식물 dong-mul & sing-mul

- □ 동물 [동:물] dong-mul — n. động vật
- □ 반려동물 [발려동물] bal-ryeo-dong-mul — n. thú cưng
- □ 꼬리 [꼬리] ggo-ri — n. đuôi
- □ 발 [발] bal — n. chân
- □ 물다 [물다] mul-da — v. cắn
- □ (개가) 짖다 [짇따] jit-dda — v. (chó) sủa
- □ 개 [개] gae — n. chó
- □ 고양이 [고양이] go-yang-i — n. mèo
- □ 소 [소] so — n. bò
- □ 염소 [염소] yeom-so — n. dê
- □ 돼지 [돼지] dwae-ji — n. lợn
- □ 토끼 [토끼] to-ggi — n. thỏ
- □ 양 [양] yang — n. cừu
- □ 말 [말] mal — n. ngựa
- □ 얼룩말 [얼룽말] eol-rung-mal — n. ngựa vằn

108

3. Phiên âm tiếng Hàn bằng chữ La tinh giúp bạn nói tiếng Hàn dễ dàng hơn!

Cách dễ nhất cho người bắt đầu học chính là việc phiên âm tiếng Hàn bằng chữ La tinh. Phát âm tiếng Hàn qua những ký tự La tinh không hoàn toàn chuẩn xác, tuy nhiên vẫn hữu hiệu. Cách phát âm trong sách được La tinh hóa sao cho đạt được độ chính xác gần với "từ điển chuẩn tiếng Hàn". Nên người mới học cũng có thể nói một cách tự tin.

4. Thực hành nói bằng MP3!

Cuốn sách này gồm file thu âm bảng chữ cái tiếng Hàn (phụ âm và nguyên âm) và những từ ngữ cơ bản. File thu âm được thực hiện bởi giọng nói chuẩn tiếng Hàn.

레전드 한국어 필수단어
Từ Vựng
Tiếng Hàn
Cơ Bản
Language Books

File mp3 có hai bản: bản tiếng Hàn và bản Hàn-Việt.
Tùy theo trình độ và nhu cầu để bạn có thể chọn bản phù hợp.
Nghe thường xuyên và lặp lại theo file giúp bạn nói lưu loát hơn.

2. 눈에 쏙 들어오는 그림으로 기본 어휘 다지기!

1,000여 컷 이상의 일러스트가 당신의 학습을 도와줄 것입니다. 재미있고 생생한 그림과 함께 학습하는 기본 어휘는 기억이 오래 남습니다.

9과

Động vật & Thực vật 동물 & 식물 dong-mul & sing-mul

□ **동물** [동:물] dong-mul
n. **động vật**

□ **반려동물** [발려동물] bal-ryeo-dong-mul
n. **thú cưng**

□ **꼬리** [꼬리] ggo-ri
n. **đuôi**

□ **발** [발] bal
n. **chân**

□ **물다** [물다] mul-da
v. **cắn**

□ (개가) **짖다** [짇따] jit-dda
v. **(chó) sủa**

□ **개** [개:] gae
n. **chó**

□ **고양이** [고양이] go-yang-i
n. **mèo**

□ **소** [소] so
n. **bò**

□ **염소** [염소] yeom-so
n. **dê**

□ **돼지** [돼:지] dwae-ji
n. **lợn**

□ **토끼** [토끼] to-ggi
n. **thỏ**

□ **양** [양] yang
n. **cừu**

□ **말** [말] mal
n. **ngựa**

□ **얼룩말** [얼룽말] eol-rung-mal
n. **ngựa vằn**

108

3. 바로 찾아 즉시 말할 수 있는 로마자로 발음 표기!

기초가 부족한 초보 학습자가 한국어를 읽을 수 있는 가장 쉬운 방법은 바로 로마자로 발음을 표기하는 것입니다. 한국어 발음이 로마자와 일대일로 대응하지 않지만, 여러분의 학습에 편의를 드리고자 표준국어대사전에 있는 표준 발음과 최대한 가깝게 로마자로 표기하였습니다. 초보자도 자신 있게 말할 수 있습니다.

4. 말하기 집중 훈련 MP3!

이 책에는 한글의 자음, 모음부터 기본 단어, 기타 추가 단어까지 한국어 전문 성우의 정확한 발음으로 녹음한 파일이 들어 있습니다.

한국어만으로 구성된 '한국어' 버전과 한국어와 베트남어를 이어서 들을 수 있는 '한국어+베트남어' 버전, 두 가지 파일을 제공합니다. 학습자 수준과 원하는 구성에 따라 파일을 선택하세요. 꾸준히 듣고 큰 소리로 따라 하면 당신의 한국어 실력이 유창해질 것입니다.

Mục lục

차례

Đôi nét về Hàn Quốc

Quốc kỳ Hàn Quốc
(태극기 [태극끼] tae-geuk-ggi)

✔ Tên chính thức	Đại Hàn Dân Quốc (대한민국 [대:한민국] dae-han-min-guk)
✔ Vị trí	Châu Á (Đông Bắc Á)
✔ Thủ đô	Seoul (서울 [서울] seo-ul)
✔ Ngôn ngữ chính thức	Tiếng Hàn (한국어 [한:구거] han-gu-geo)
✔ Dân số	51.42 triệu
✔ Diện tích	100,364㎢
✔ GDP	$1,616.4 tỷ
✔ Đơn vị tiền tệ	won Hàn Quốc(KRW) (원 [원] won)

* **source** www.korea.net

Kiến thức cơ bản

- Tiếng Hàn và chữ cái tiếng Hàn

Nga

Mongolia

Bắc Kinh

Bắc Triều Tiên

biển Đông

Seoul

Hàn Quốc

Nhật Bản

Tokyo

Trung Quốc

Thái Bình Dương

Đài Bắc

Đài Loan

Tiếng Hàn và chữ cái tiếng Hàn
한국어와 한글 han-gu-geo-wa han-geul

Hangeul 한글 han-geul

MP3. B00

Vào thời Joseon, vua Sejong hoàn thành hệ thống chữ viết và ấn bản vào năm 1446. Ngày nay Hangeul bao gồm 19 phụ âm và 21 nguyên âm.

1. Phụ âm 자음 ja-eum

tip. Phụ âm trong tiếng Hàn được phát âm khác nhau tùy thuộc vào vị trí của nó. Một số phụ âm chỉ làm phụ âm đầu hoặc phụ âm cuối.

• 9 phụ âm cơ bản

Chữ cái	Tên chữ cái	Ví dụ	Nghĩa
ㄱ	기역 gi-yeok	가구 [가구] ga-gu	đồ đạc
ㄴ	니은 ni-eun	나비 [나비] na-bi	bướm
ㄷ	디귿 di-geut	다리미 [다리미] da-ri-mi	bàn là
ㄹ	리을 ri-eul	라디오 [라디오] ra-di-o	ra-đi-ô
ㅁ	미음 mi-eum	마차 [마:차] ma-cha	xe ngựa
ㅂ	비읍 bi-eup	바지 [바지] ba-ji	quần
ㅅ	시옷 si-ot	사탕 [사탕] sa-tang	kẹo
ㅇ	이응 i-eung	아기 [아기] a-gi	em bé
ㅈ	지읒 ji-eut	자유 [자유] ja-yu	tự do

• **5 phụ âm bật hơi**

Chữ cái	Tên chữ cái	Ví dụ	Nghĩa
ㅊ	치읓 chi-eut	차표 [차표] cha-pyo	vé xe
ㅋ	키읔 ki-euk	카메라 [카메라] ka-me-ra	máy ảnh
ㅌ	티읕 ti-eut	타조 [타:조] ta-jo	đà điểu
ㅍ	피읖 pi-eup	파도 [파도] pa-do	sóng biển
ㅎ	히읗 hi-eut	하마 [하마] ha-ma	hà mã

• **5 phụ âm căng**

Chữ cái	Tên chữ cái	Ví dụ	Nghĩa
ㄲ	쌍기역 ssang-gi-yeok	까치 [까:치] gga-chi	chim ác là
ㄸ	쌍디귿 ssang-di-geut	딸기 [딸:기] ddal-gi	dâu tây
ㅃ	쌍비읍 ssang-bi-eup	빨래 [빨래] bbal-rae	việc giặt quần áo
ㅆ	쌍시옷 ssang-si-ot	쌍둥이 [쌍둥이] ssang-dung-i	sinh đôi
ㅉ	쌍지읒 ssang-ji-eut	짜장면 [짜장면] jja-jang-myeon	mì tương đen

tip. Tiếng Hàn có 11 phụ âm cuối kép. Phụ âm cuối kép được tạo thành bởi hai phụ âm đơn. Đó là **ㄳ**, **ㄵ**, **ㄶ**, **ㄺ**, **ㄻ**, **ㄼ**, **ㄽ**, **ㄾ**, **ㄿ**, **ㅀ**, và **ㅄ**.

2. Nguyên âm 모음 mo-eum

tip. Nguyên âm 'ㅇ [이응 i-eung]' là nguyên âm câm.

• 6 nguyên âm đơn

Chữ cái	Tên chữ cái	Ví dụ	Nghĩa
ㅏ	아 a	바나나 [바나나] ba-na-na	chuối
ㅓ	어 eo	어머니 [어머니] eo-meo-ni	mẹ
ㅗ	오 o	도로 [도:로] do-ro	đường
ㅜ	우 u	구두 [구두] gu-du	giày da
ㅡ	으 eu	드레스 [드레스] deu-re-seu	đầm
ㅣ	이 i	기린 [기린] gi-rin	hươu cao cổ

• 9 nguyên âm đôi

Chữ cái	Tên chữ cái	Ví dụ	Nghĩa
ㅐ	애 ae	냄새 [냄:새] naem-sae	mùi
ㅔ	에 e	세제 [세:제] se-je	bột giặt
ㅘ	와 wa	과일 [과:일] gwa-il	hoa quả
ㅙ	왜 wae	돼지 [돼:지] dwae-ji	lợn
ㅚ	외 oe	외국 [외:국/웨:국] oe-guk/we-guk	nước ngoài
ㅝ	워 wo	권투 [권:투] gwon-tu	quyền Anh, đấm bốc
ㅞ	웨 we	웨이터 [웨이터] we-i-teo	người phục vụ
ㅟ	위 wi	취미 [취:미] chwi-mi	sở thích
ㅢ	의 ui	의자 [의자] ui-ja	ghế

- **6 nguyên âm đôi với [y]**

Chữ cái	Tên chữ cái	Ví dụ	Nghĩa
ㅑ	야 ya	야구 [야:구] ya-gu	bóng chày
ㅕ	여 yeo	여자 [여자] yeo-ja	phụ nữ
ㅛ	요 yo	교수 [교:수] gyo-su	giáo sư, giảng viên
ㅠ	유 yu	유리 [유리] yu-ri	thủy tinh
ㅒ	얘 yae	얘기 [얘:기] yae-gi	câu chuyện
ㅖ	예 ye	예약 [예:약] ye-yak	việc đặt trước

Các ký hiệu của từ loại

Hãy tham khảo các ký hiệu của từ loại dưới đây.

n.	명사	v.	동사	a.	형용사	ad.	부사
suf.	접미사	b.n.	의존명사	d.n.	관형명사	num.	수사
d.	관형사	p.	조사				

1장

Lời chào

1과 Giới thiệu

2과 Cảm ơn & Xin lỗi

Giới thiệu 소개 so-gae

□ **소개** [소개] so-gae

n. sự giới thiệu

□ **소개하다** [소개하다] so-gae-ha-da

v. giới thiệu

□ **이름** [이름] i-reum

n. tên

□ **성명** [성:명] seong-myeong

n. tên

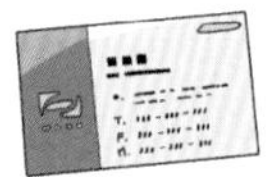

□ **명함** [명함] myeong-ham

n. danh thiếp

□ **성별** [성:별] seong-byeol

n. giới tính

□ **남자** [남자] nam-ja

n. đàn ông

□ **남성** [남성] nam-seong

n. nam giới

□ **아저씨** [아저씨] a-jeo-ssi

= **아재** [아재] a-jae

n. chú

□ **여자** [여자] yeo-ja

n. phụ nữ

□ **여성** [여성] yeo-seong

n. nữ giới

□ **아주머니** [아주머니] a-ju-meo-ni

= **아줌마** [아줌마] a-jum-ma

n. cô

□ **나이** [나이] na-i

n. tuổi

□ **생일** [생일] saeng-il

n. sinh nhật

□ **국적** [국쩍] guk-jjeok

n. quốc tịch

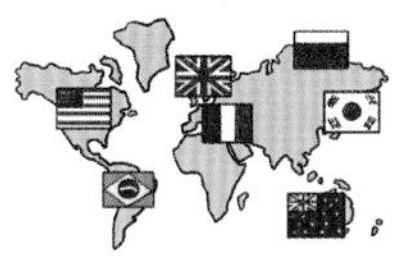

□ **국가** [국까] guk-gga

= **나라** [나라] na-ra

n. quốc gia, nước

□ **언어** [어너] eo-neo

n. ngôn ngữ

□ **직업** [지겁] ji-geop

n. nghề nghiệp

□ **주소** [주:소] ju-so

n. địa chỉ

□ **전화번호** [전:화번호]

jeon-hwa-beon-ho

n. số điện thoại

□ 인사 [인사] in-sa

n. lời chào

□ 인사하다 [인사하다] in-sa-ha-da

v. chào hỏi

□ 안녕하세요! an-nyeong-ha-se-yo!

Xin chào!

□ 안녕! an-nyeong!

Chào!

□ 반가워(요). ban-ga-wo(-yo)

Rất vui được gặp bạn.

□ 안녕히 주무세요. / 잘 자.

an-nyeong-hi ju-mu-se-yo / jal ja

Chúc ngủ ngon. /

Ngủ ngon nhé.

□ 어떻게 지내(요)?

eo-ddeo-ke ji-nae(-yo)?

Bạn có khỏe không?

□ 안녕히 가세요. / 잘 가.

an-nyeong-hi ga-se-yo / jal ga

Tạm biệt.

□ 또 만나(요). ddo man-na(-yo)

Hẹn gặp lại.

□ 실례합니다.

sil-rye-ham-ni-da

Xin lỗi.

□ 감사합니다. / 고마워(요).

gam-sa-ham-ni-da / go-ma-wo(-yo)

Xin cảm ơn. / Cảm ơn.

□ 미안해(요). mi-an-hae(-yo)

= 죄송해요.

joe-song-hae-yo/jwe-song-hae-yo

Tôi xin lỗi.

□ 천만에(요). cheon-ma-ne(-yo)

Không có gì.

□ 괜찮아(요). gwaen-cha-na(-yo)

Không sao.

□ 환영하다 [환영히다]

hwan-yeong-ha-da

v. chào mừng

□ 초대하다 [초대하다]

cho-dae-ha-da

v. mời

□ 손님 [손님] son-nim

n. khách

□ 친구 [친구] chin-gu

= 벗 [벋:] beot

n. bạn, bạn bè

□ **소개** [소개] so-gae n. sự giới thiệu

□ **소개하다** [소개하다] so-gae-ha-da v. giới thiệu

□ **자기소개** [자기소개] ja-gi-so-gae n. giới thiệu bản thân

제 소개를 하겠습니다.
je so-gae-reul ha-get-sseum-ni-da
Tôi xin tự giới thiệu.

□ **이름** [이름] i-reum n. tên

□ **성명** [성:명] seong-myeong n. tên

□ **성함** [성:함] seong-ham n. tên

tip. '성함' là kính ngữ của '이름'.

이름이 뭐예요?
i-reu-mi mwo-ye-yo?
Bạn tên là gì?

□ **성** [성:] seong n. họ

'김'은 성입니다.
gi-meun seong-im-ni-da
"Kim" là họ của tôi.

□ **별명** [별명] byeol-myeong n. biệt danh

□ **명함** [명함] myeong-ham n. danh thiếp

명함 한 장 주시겠어요?
myeong-ham han jang ju-si-ge-sseo-yo?
Bạn có thể cho tôi một tấm danh thiếp được không?

□ **성별** [성:별] seong-byeol n. giới tính

□ **남자** [남자] nam-ja n. đàn ông

□ **남성** [남성] nam-seong n. nam giới

□ **사나이** [사나이] sa-na-i **n.** anh chàng, chàng trai

= **사내** [사내] sa-nae

tip. '사내' là từ viết tắt của '사나이'.

그는 멋진 사나이예요.
geu-neun meot-jjin sa-na-i-e-yo
Anh ấy là một anh chàng đẹp trai.

□ **아저씨** [아저씨] a-jeo-ssi **n.** chú

= **아재** [아재] a-jae

tip. '아재' là từ viết tắt của '아저씨'.

□ **여자** [여자] yeo-ja **n.** phụ nữ

□ **여성** [여성] yeo-seong **n.** nữ giới

□ **아주머니** [아주머니] a-ju-meo-ni **n.** cô

= **아줌마** [아줌마] a-jum-ma

tip. '아줌마' là từ viết tắt của '아주머니'.

□ **나이** [나이] na-i **n.** tuổi

□ **연세** [연세] yeon-se **n.** tuổi → **tip.** '연세' là kính ngữ của '나이'.

□ **생일** [생일] saeng-il **n.** sinh nhật

오늘이 내 생일이에요.
o-neu-ri nae saeng-i-ri-e-yo
Hôm nay là sinh nhật của tôi.

□ **국적** [국쩍] guk-jjeok **n.** quốc tịch

국적이 어떻게 돼요?
guk-jjeo-gi eo-ddeo-ke dwae-yo?
Quốc tịch của bạn là gì?

□ 국가 [국까] guk-gga n. quốc gia, nước

= 나라 [나라] na-ra

□ 고국 [고:국] go-guk n. cố hương, quê hương

□ 언어 [어너] eo-neo n. ngôn ngữ

□ 모국어 [모:구거] mo-gu-geo n. tiếng mẹ đẻ

□ 외국어 [외:구거/웨:구거] oe-gu-geo/we-gu-geo n. ngoại ngữ

몇 가지 언어를 할 수 있어요?
myeot ga-ji eo-neo-reul hal ssu i-sseo-yo?
Bạn có thể nói mấy ngôn ngữ?

□ 한국어 [한:구거] han-gu-geo n. tiếng Hàn

□ 영어 [영어] yeong-eo n. tiếng Anh

□ 중국어 [중구거] jung-gu-geo n. tiếng Trung

□ 일본어 [일보너] il-bo-neo n. tiếng Nhật

□ 독일어 [도기러] do-gi-reo n. tiếng Đức

□ 프랑스어 [프랑스어] peu-rang-seu-eo n. tiếng Pháp

□ 스페인어 [스페이너] seu-pe-i-neo n. tiếng Tây Ban Nha

= 에스파냐어 [에스파냐어] e-seu-pa-nya-eo

□ 직업 [지겁] ji-geop n. nghề nghiệp

□ 직장 [직짱] jik-jjang n. nơi làm việc

□ 업무 [엄무] eom-mu n. công việc

□ 직급 [직끕] jik-ggeup n. chức vụ

= 직위 [지귀] ji-gwi

직업은 무엇입니까?
ji-geo-beun mu-eo-sim-ni-gga?
Bạn làm nghề gì?

□ **전공** [전공] jeon-gong n. chuyên ngành

□ **부전공** [부:전공] bu-jeon-gong n. chuyên ngành phụ

□ **복수전공** [복쑤전공] bok-ssu-jeon-gong học hai chuyên ngành

□ **학년** [항년] hang-nyeon n. lớp, năm (học)

□ **종교** [종교] jong-gyo n. tôn giáo

□ **기독교** [기독꾜] gi-dok-ggyo n. Cơ đốc giáo

□ **천주교** [천주교] cheon-ju-gyo n. Công giáo, Thiên chúa giáo

□ **불교** [불교] bul-gyo n. Phật giáo

□ **이슬람교** [이슬람교] i-seul-ram-gyo n. Hồi giáo

무슨 종교를 믿어요?
mu-seun jong-gyo-reul mi-deo-yo?
Bạn theo tôn giáo nào?

□ **살다** [살:다] sal-da v. sống

□ **주소** [주:소] ju-so n. địa chỉ

주소를 말해 주실래요?
ju-so-reul mal-hae ju-sil-rae-yo?
Cho tôi biết địa chỉ của bạn nhé?

□ **전화번호** [전:화번호] jeon-hwa-beon-ho n. số điện thoại

□ **가족** [가족] ga-jok n. gia đình

□ **식구** [식꾸] sik-ggu n. thành viên gia đình

□ **안부** [안부] an-bu n. lời hỏi thăm

가족에게 안부를 전해 주세요.
ga-jo-ge-ge an-bu-reul jeon-hae ju-se-yo
Cho tôi gửi lời hỏi thăm gia đình bạn.

□ **인사** [인사] in-sa n. lời chào

□ **인사하다** [인사하다] in-sa-ha-da v. chào hỏi

안녕하세요!
an-nyeong-ha-se-yo!
Xin chào!

안녕!
an-nyeong!
Chào!

반가워(요).
ban-ga-wo(-yo)
Rất vui được gặp bạn.

tip. '~요 [-yo]' và '~니다 [-ni-da]' là đuôi câu dạng tôn trọng, lịch sự. Người Hàn sử dụng kính ngữ khi nói chuyện với người lớn tuổi hơn mình.

안녕히 주무세요. / 잘 자.
an-nyeong-hi ju-mu-se-yo / jal ja
Chúc ngủ ngon. (kính ngữ) / Ngủ ngon nhé.

어떻게 지내(요)?
eo-ddeo-ke ji-nae(-yo)?
Bạn có khỏe không?

잘 지내(요).
jal ji-nae(-yo)
Tôi khỏe.

아니(요), 못 지내(요).
a-ni(-yo), mot ji-nae(-yo)
Không, tôi không khỏe.

별로(요).
byeol-ro(-yo)
Tôi không khỏe lắm.

그럭저럭(요).
geu-reok-jjeo-reok(-yo)
Tôi bình thường.

식사하셨어요? / 밥 먹었니?
sik-ssa-ha-syeo-sseo-yo? / bap meo-geon-ni?
Bạn ăn cơm chưa? (kính ngữ) / Ăn cơm chưa?

tip. Ý nghĩa khác của 'ăn cơm chưa?' là 'khỏe không?'.
Đây là cách chào hỏi của người Hàn Quốc.

오랜만이네(요).
o-raen-ma-ni-ne(-yo)
Lâu lắm rồi không gặp.

안녕히 가세요. / 잘 가.
an-nyeong-hi ga-se-yo / jal ga
Tạm biệt.

이따가 만나(요).
i-dda-ga man-na(-yo)
Lát nữa gặp nhé.

또 만나(요).
ddo man-na(-yo)
Hẹn gặp lại.

내일 만나(요).
nae-il man-na(-yo)
Ngày mai gặp nhé.

실례합니다.
sil-rye-ham-ni-da
Xin lỗi.

좋은 주말 되세요.
jo-eun ju-mal doe-se-yo
Chúc cuối tuần vui vẻ.

어서 오세요. / 어서 와(요).
eo-seo o-se-yo / eo-seo wa(-yo)
Xin mời vào. / Vào đi.

감사합니다. / 고마워(요).
gam-sa-ham-ni-da / go-ma-wo(-yo)
Xin cảm ơn. / Cảm ơn.

천만에(요).
cheon-ma-ne(-yo)
Không có gì.

미안해(요). / 죄송해요. → tip. '죄송해요' lịch sự hơn '미안해요'.
mi-an-hae(-yo) / joe-song-hae-yo/jwe-song-hae-yo
Tôi xin lỗi.

괜찮아(요).
gwaen-cha-na(-yo)
Không sao.

□ **환영** [환영] hwan-yeong n. sự chào mừng

□ **환영하다** [환영하다] hwan-yeong-ha-da v. chào mừng

서울에 오신 걸 환영합니다.
seo-u-re o-sin geol hwan-yeong-ham-ni-da
Chào mừng bạn đến với Seoul.

□ **초대** [초대] cho-dae n. lời mời

□ **초대하다** [초대하다] cho-dae-ha-da v. mời

□ **초대장** [초대짱] cho-dae-jjang n. thư mời, giấy mời

그를 초대하기 싫어요.
geu-reul cho-dae-ha-gi si-reo-yo
Tôi không muốn mời anh ấy.

□ **손님** [손님] son-nim n. khách

□ **지인** [지인] ji-in n. người quen

= **아는 사람** [아는 사람] a-neun sa-ram

□ **친구** [친구] chin-gu n. bạn, bạn bè

= **벗** [벋:] beot

그는 제일 친한 친구입니다.
geu-neun je-il chin-han chin-gu-im-ni-da
Anh ấy là bạn thân nhất của tôi.

01. 인사

Hội thoại hữu ích 실전 회화

김미나 안녕, 헨리. 잘 지냈니?
an-nyeong, hen-ri. jal ji-naet-ni?
Chào Henry. Bạn có khỏe không?

Henry 잘 지냈어. 주말 어떻게 보냈니?
jal ji-nae-sseo. ju-mal eo-ddeo-ke bo-naet-ni?
Tôi khỏe. Cuối tuần thế nào?

김미나 그럭저럭. 친구들과 나영이네 집에 갔었어.
geu-reok-jjeo-reok.
chin-gu-deul-gwa na-yeong-i-ne ji-be ga-sseo-sseo
Cũng bình thường thôi.
Tôi cùng các bạn đến nhà Nayeong.

Henry 나영이는 어때?
na-yeong-i-neun eo-ddae?
Nayeong dạo này thế nào?

김미나 걔는 잘 지내.
gyae-neun jal ji-nae
Cậu ấy khỏe.

Cảm ơn & Xin lỗi 감사 & 사과 gam-sa & sa-gwa

□ **감사** [감:사] gam-sa

n. lời cảm ơn

□ **감사하다** [감:사하다] gam-sa-ha-da

a. cảm ơn v. cảm ơn

□ **고맙다** [고:맙따] go-map-dda

a. cảm ơn

□ **도움** [도움] do-um

n. sự giúp đỡ

□ **돕다** [돕:따] dop-dda

v. giúp đỡ

□ **신세** [신세] sin-se

n. nợ, sự mang ơn

□ **은혜** [은혜/은헤] eun-hye/eun-he

n. ân, ơn

□ **친절** [친절] chin-jeol

n. sự tử tế, sự thân thiện

□ **친절하다** [친절하다] chin-jeol-ha-da

a. tử tế, thân thiện

□ **혜택** [혜:택/헤:택] hye-taek/he-taek

n. sự ưu đãi, lợi ích

□ **배려** [배:려] bae-ryeo

n. sự quan tâm, sự để ý

□ **보살피다** [보살피다] bo-sal-pi-da

= **돌보다** [돌:보다] dol-bo-da

v. chăm sóc

□ 이해 [이:해] i-hae
n. sự hiểu biết

□ 이해하다 [이:해하다] i-hae-ha-da
v. hiểu

□ 기다리다 [기다리다] gi-da-ri-da
v. chờ, đợi

□ 기회 [기회/기훼] gi-hoe/gi-hwe
n. cơ hội

□ 격려 [경녀] gyeong-nyeo
n. sự động viên

□ 격려하다 [경녀하다]
gyeong-nyeo-ha-da
v. động viên

□ 충고 [충고] chung-go
n. lời khuyên

□ 충고하다 [충고하다]
chung-go-ha-da
v. khuyên

□ 칭찬 [칭찬] ching-chan
n. lời khen ngợi

□ 칭찬하다 [칭찬하다]
ching-chan-ha-da
v. khen ngợi

□ **사과** [사:과] sa-gwa
n. lời xin lỗi

□ **사과하다** [사:과하다] sa-gwa-ha-da
v. xin lỗi

□ **미안하다** [미안하다] mi-an-ha-da
= **죄송하다** [죄:송하다/줴:송하다]
joe-song-ha-da/jwe-song-ha-da
a. xin lỗi

□ **용서** [용서] yong-seo
n. sự tha thứ

□ **용서하다** [용서하다] yong-seo-ha-da
v. tha thứ

□ **잘못** [잘몯] jal-mot
n. lỗi lầm
ad. lỗi lầm

□ **잘못하다** [잘모타다] jal-mo-ta-da
v. làm sai

□ **실수** [실쑤] sil-ssu
n. sai sót

□ **실수하다** [실쑤하다] sil-ssu-ha-da
v. sai lầm, mắc lỗi

□ **틀리다** [틀리다] teul-ri-da
v. sai

□ **난처하다** [난:처하다] nan-cheo-ha-da
a. khó xử

□ **착각** [착깍] chak-ggak
n. sự nhầm lẫn, sự hiểu lầm

□ **착각하다** [착까카다] chak-gga-ka-da
v. nhầm lẫn, hiểu lầm

□ **방해** [방해] bang-hae
= **훼방** [훼:방] hwe-bang
n. sự cản trở

□ **방해하다** [방해하다] bang-hae-ha-da
v. cản trở, làm phiền

□ **곤란** [골:란] gol-ran
n. sự khó khăn

□ **곤란하다** [골:란하다] gol-ran-ha-da
a. khó khăn, khó xử

□ **비난** [비:난] bi-nan
n. sự phê phán

□ **비난하다** [비:난하다] bi-nan-ha-da
v. phê phán

□ **피해** [피:해] pi-hae
n. thiệt hại

□ **손해** [손:해] son-hae
= **손실** [손:실] son-sil
n. tổn thất, tổn hại

□ **지각** [지각] ji-gak
n. việc đến muộn

□ **지각하다** [지가카다] ji-ga-ka-da
v. đến muộn

□ **감사** [감:사] gam-sa n. lời cảm ơn

□ **감사하다** [감:사하다] gam-sa-ha-da a. cảm ơn v. cảm ơn

감사합니다.
gam-sa-ham-ni-da
Xin cảm ơn.

□ **고마움** [고:마움] go-ma-um n. lòng biết ơn

□ **고맙다** [고:맙따] go-map-dda a. cảm ơn, biết ơn

□ **친절** [친절] chin-jeol n. sự tử tế, sự thân thiện

□ **친절하다** [친절하다] chin-jeol-ha-da a. tử tế, thân thiện

당신은 참 친절해요.
dang-si-neun cham chin-jeol-hae-yo
Bạn rất tử tế.

□ **도움** [도움] do-um n. sự giúp đỡ

□ **돕다** [돕:따] dop-dda v. giúp đỡ

당신 도움에 감사합니다.
dang-sin do-u-me gam-sa-ham-ni-da
Cảm ơn vì đã giúp đỡ tôi.

□ **베풀다** [베풀다] be-pul-da v. giúp đỡ

□ **관심** [관심] gwan-sim n. sự quan tâm

□ **기쁨** [기쁨] gi-bbeum n. niềm vui

□ **혜택** [혜:택/헤:택] hye-taek/he-taek n. sự ưu đãi, lợi ích

□ **자비** [자비] ja-bi n. lòng nhân từ

□ **배려** [배:려] bae-ryeo n. sự quan tâm, sự để ý

□ **배려하다** [배:려하다] bae-ryeo-ha-da v. quan tâm, để ý

□ 신세 [신세] sin-se n. nợ, sự mang ơn

□ 은혜 [은혜/은헤] eun-hye/eun-he n. ân, ơn

당신에게 신세를 졌습니다.
dang-si-ne-ge sin-se-reul jeot-sseum-ni-da
Tôi mang ơn bạn.

□ 걱정 [걱쩡] geok-jjeong n. nỗi lo

□ 염려 [염:녀] yeom-nyeo n. sự lo lắng

□ 관대하다 [관:대하다] gwan-dae-ha-da a. rộng lượng

그는 관대해요.
geu-neun gwan-dae-hae-yo
Anh ấy rộng lượng.

□ 대접 [대:접] dae-jeop n. sự tiếp đón, sự thiết đãi

= 접대 [접때] jeop-ddae

□ 한턱내다 [한텅내다] han-teong-nae-da v. mời, đãi

□ 보살핌 [보살핌] bo-sal-pim n. sự chăm sóc

□ 보살피다 [보살피다] bo-sal-pi-da v. chăm sóc

= 돌보다 [돌:보다] dol-bo-da

□ 이해 [이:해] i-hae n. sự hiểu biết

□ 이해하다 [이:해하다] i-hae-ha-da v. hiểu

당신은 그것을 이해할 수 있어요?
dang-si-neun geu-geo-seul i-hae-hal ssu i-sseo-yo?
Bạn có thể hiểu điều đó không?

□ 양해 [양해] yang-hae n. sự thông cảm

□ **기다리다** [기다리다] gi-da-ri-da v. chờ, đợi

□ **기회** [기회/기훼] gi-hoe/gi-hwe n. cơ hội

기회를 주셔서 감사합니다.
gi-hoe-reul ju-syeo-seo gam-sa-ham-ni-da
Cảm ơn vì đã cho tôi cơ hội.

□ **격려** [경녀] gyeong-nyeo n. sự động viên

□ **격려하다** [경녀하다] gyeong-nyeo-ha-da v. động viên

그를 격려해 주세요.
geu-reul gyeong-nyeo-hae ju-se-yo
Hãy động viên anh ấy.

□ **충고** [충고] chung-go n. lời khuyên

□ **충고하다** [충고하다] chung-go-ha-da v. khuyên

□ **타이르다** [타이르다] ta-i-reu-da v. chỉ bảo

충고 고마워요.
chung-go go-ma-wo-yo
Cảm ơn lời khuyên của bạn.

□ **칭찬** [칭찬] ching-chan n. lời khen ngợi

□ **칭찬하다** [칭찬하다] ching-chan-ha-da v. khen ngợi

□ **사과** [사:과] sa-gwa n. lời xin lỗi

□ **사과하다** [사:과하다] sa-gwa-ha-da v. xin lỗi

□ **미안하다** [미안하다] mi-an-ha-da a. xin lỗi

= **죄송하다** [죄:송하다/줴:송하다] joe-song-ha-da/jwe-song-ha-da

미안합니다.
mi-an-ham-ni-da
Tôi xin lỗi.

□ 용서 [용서] yong-seo n. sự tha thứ

□ 용서하다 [용서하다] yong-seo-ha-da v. tha thứ

□ 문제 [문:제] mun-je n. vấn đề

□ 잘못 [잘몯] jal-mot n. lỗi lầm ad. lỗi lầm

□ 잘못하다 [잘모타다] jal-mo-ta-da v. làm sai

제 잘못이었어요.
je jal-mo-si-eo-sseo-yo
Đó là lỗi của tôi.

□ 실수 [실쑤] sil-ssu n. sai sót

□ 실수하다 [실쑤하다] sil-ssu-ha-da v. sai lầm, mắc lỗi

□ 틀리다 [틀리다] teul-ri-da v. sai

제가 실수했어요.
je-ga sil-ssu-hae-sseo-yo
Tôi đã sai lầm.

□ 탓 [탇] tat n. nguyên nhân, sự sai sót

제 탓이었어요.
je ta-si-eo-sseo-yo
Đó là sai sót của tôi.

□ 착각 [착깍] chak-ggak n. sự nhầm lẫn, sự hiểu lầm

□ 착각하다 [착까카다] chak-gga-ka-da v. nhầm lẫn, hiểu lầm

□ 오해 [오해] o-hae n. sự hiểu lầm

□ 오해하다 [오해하다] o-hae-ha-da v. hiểu lầm

□ 난처하다 [난:처하다] nan-cheo-ha-da a. khó xử

□ 번거롭다 [번거롭따] beon-geo-rop-dda a. phiền phức

□ **방해** [방해] bang-hae n. sự cản trở

= **훼방** [훼:방] hwe-bang

□ **방해하다** [방해하다] bang-hae-ha-da v. cản trở, làm phiền

방해해서 미안해요.
bang-hae-hae-seo mi-an-hae-yo
Xin lỗi đã làm phiền bạn.

□ **곤란** [골:란] gol-ran n. sự khó khăn

□ **곤란하다** [골:란하다] gol-ran-ha-da a. khó khăn, khó xử

곤란에 빠뜨려서 미안합니다.
gol-ra-ne bba-ddeu-ryeo-seo mi-an-ham-ni-da
Xin lỗi đã làm bạn khó xử.

□ **비난** [비:난] bi-nan n. sự phê phán

□ **비난하다** [비:난하다] bi-nan-ha-da v. phê phán

□ **헐뜯다** [헐:뜯따] heol-ddeut-dda v. nói xấu, chê

= **흉보다** [흉보다] hyung-bo-da

□ **일부러** [일:부러] il-bu-reo ad. cố ý

□ **고의** [고:의/고:이] go-ui/go-i n. cố ý

일부러 하지 않았어요.
il-bu-reo ha-ji a-na-sseo-yo
Tôi không cố ý.

□ **의도** [의:도] ui-do n. ý đồ

□ **선의** [서:늬/서:니] seo-nui/seo-ni n. thiện ý, ý tốt

□ **악의** [아긔/아기] a-gwi/a-gi n. ác ý

□ **피해** [피:해] pi-hae n. sự thiệt hại

□ **손해** [손:해] son-hae n. tổn thất, tổn hại

= **손실** [손:실] son-sil

이건 나한테 많이 손해예요.
i-geon na-han-te ma-ni son-hae-ye-yo
Điều này gây tổn thất lớn cho tôi.

□ **지각** [지각] ji-gak n. việc đến muộn

□ **지각하다** [지가카다] ji-ga-ka-da v. đến muộn

지각해서 죄송합니다.
ji-ga-ke-seo joe-song-ham-ni-da
Tôi xin lỗi vì đến muộn.

02. 감사 인사

Hội thoại hữu ích 회화

박종훈 실례지만, 이제 가야겠습니다.
sil-rye-ji-man, i-je ga-ya-get-sseum-ni-da
Xin lỗi nhưng bây giờ tôi phải đi.

강민수 괜찮습니다. 오늘 와주셔서 감사합니다.
gwaen-chan-sseum-ni-da. o-neul wa-ju-syeo-seo gam-sa-ham-ni-da
Không sao. Cảm ơn anh hôm nay đã đến gặp chúng tôi.

박종훈 천만에요. 좋은 하루 되세요.
cheon-ma-ne-yo. jo-eun ha-ru doe-se-yo
Không có gì. Chúc anh một ngày tốt lành.

강민수 당신도요.
dang-sin-do-yo
Anh cũng vậy nhé.

Luyện tập

Đọc và nối.

1. 감사하다 •	• cảm ơn
2. 국가, 나라 •	• địa chỉ
3. 나이 •	• giới thiệu
4. 돕다 •	• giúp đỡ
5. 미안하다 •	• lời chào
6. 소개하다 •	• lỗi lầm
7. 용서하다 •	• quốc gia, nước
8. 이름 •	• tên
9. 인사 •	• tha thứ
10. 잘못 •	• tử tế, thân thiện
11. 주소 •	• tuổi
12. 친절하다 •	• xin lỗi

1. 감사하다 – cảm ơn 2. 국가, 나라 – quốc gia, nước 3. 나이 – tuổi
4. 돕다 – giúp đỡ 5. 미안하다 – xin lỗi 6. 소개하다 – giới thiệu
7. 용서하다 – tha thứ 8. 이름 – tên 9. 인사 – lời chào
10. 잘못 – lỗi lầm 11. 주소 – địa chỉ 12. 친절하다 – tử tế, thân thiện

2장

Con người

Cơ thể 신체 sin-che

□ 신체 [신체] sin-che
= 몸 [몸] mom
n. cơ thể

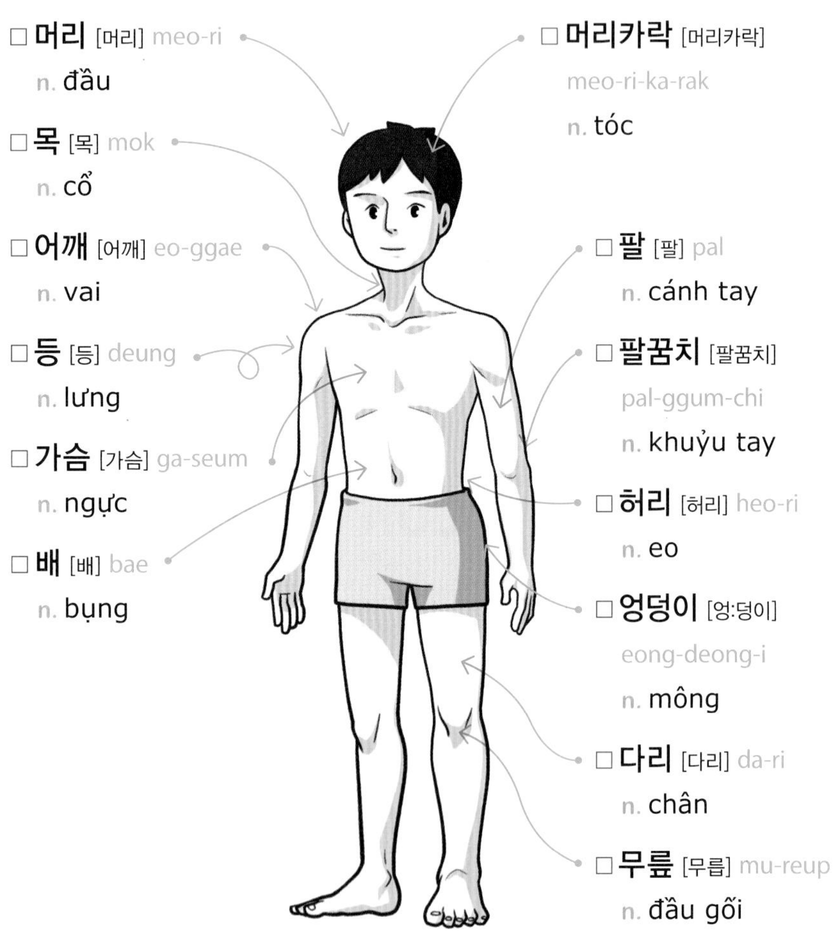

□ 머리 [머리] meo-ri
n. đầu

□ 목 [목] mok
n. cổ

□ 어깨 [어깨] eo-ggae
n. vai

□ 등 [등] deung
n. lưng

□ 가슴 [가슴] ga-seum
n. ngực

□ 배 [배] bae
n. bụng

□ 머리카락 [머리카락]
meo-ri-ka-rak
n. tóc

□ 팔 [팔] pal
n. cánh tay

□ 팔꿈치 [팔꿈치]
pal-ggum-chi
n. khuỷu tay

□ 허리 [허리] heo-ri
n. eo

□ 엉덩이 [엉:덩이]
eong-deong-i
n. mông

□ 다리 [다리] da-ri
n. chân

□ 무릎 [무릅] mu-reup
n. đầu gối

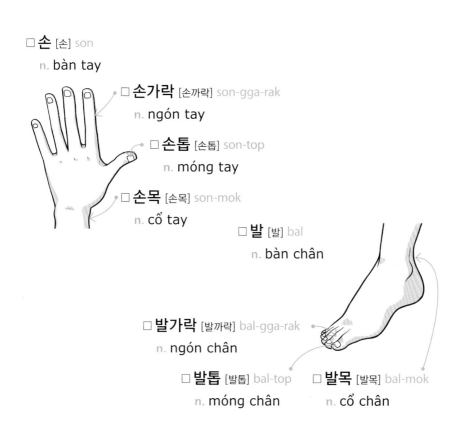

□ 손 [손] son
n. bàn tay

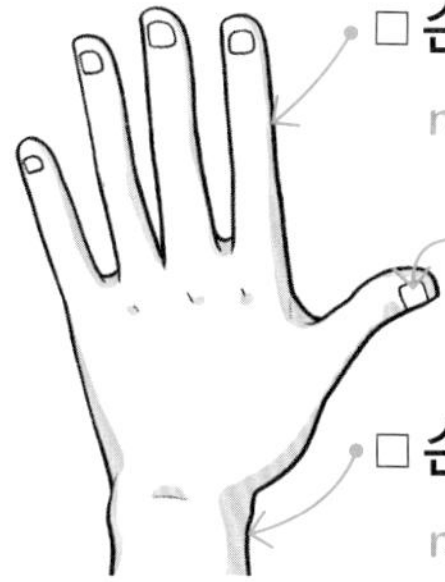

□ 손가락 [손까락] son-gga-rak
n. ngón tay

□ 손톱 [손톱] son-top
n. móng tay

□ 손목 [손목] son-mok
n. cổ tay

□ 발 [발] bal
n. bàn chân

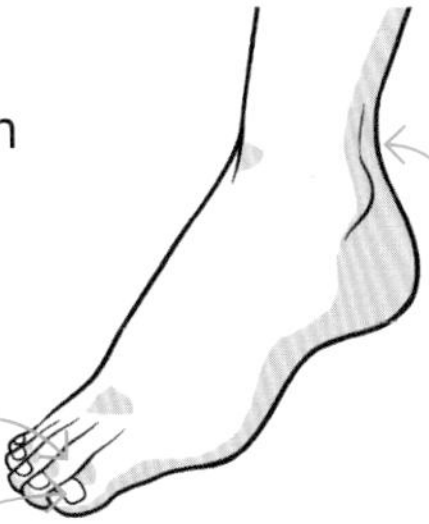

□ 발가락 [발까락] bal-gga-rak
n. ngón chân

□ 발톱 [발톱] bal-top
n. móng chân

□ 발목 [발목] bal-mok
n. cổ chân

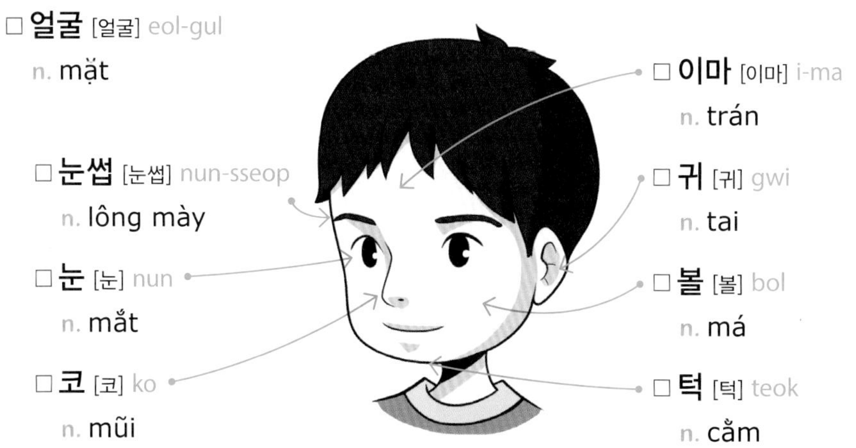

□ 얼굴 [얼굴] eol-gul
n. mặt

□ 눈썹 [눈썹] nun-sseop
n. lông mày

□ 눈 [눈] nun
n. mắt

□ 코 [코] ko
n. mũi

□ 이마 [이마] i-ma
n. trán

□ 귀 [귀] gwi
n. tai

□ 볼 [볼] bol
n. má

□ 턱 [턱] teok
n. cằm

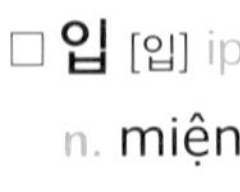

□ 입 [입] ip

n. miệng

□ 입술 [입쑬] ip-ssul

n. môi

□ 혀 [혀] hyeo

n. lưỡi

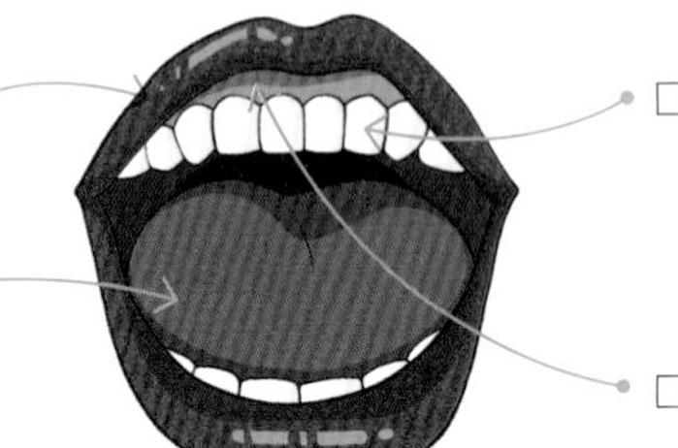

□ 이 [이] i

= 치아 [치아] chi-a

n. răng

□ 잇몸 [인몸] in-mom

n. lợi

□ 키 [키] ki

n. chiều cao

□ 크다 [크다] keu-da

a. cao

□ 작다 [작:따] jak-da

a. thấp

□ 몸무게 [몸무게] mom-mu-ge

n. cân nặng

□ 뚱뚱하다 [뚱뚱하다]

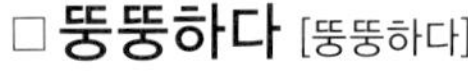

ddung-ddung-ha-da

a. béo

□ 날씬하다 [날씬하다]

nal-ssin-ha-da

a. thon thả

□ 비만 [비:만] bi-man

n. béo phì

□ 홀쭉하다 [홀쭈카다]

hol-jju-ka-da

a. gầy

□ **피부** [피부] pi-bu

n. da

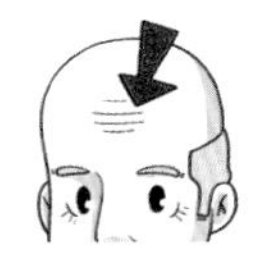

□ **주름** [주름] ju-reum

n. nếp nhăn

□ **보조개** [보조개] bo-jo-gae

n. lúm đồng tiền

□ **점** [점] jeom

n. nốt ruồi

□ **뾰루지** [뾰루지] bbyo-ru-ji

n. mụn

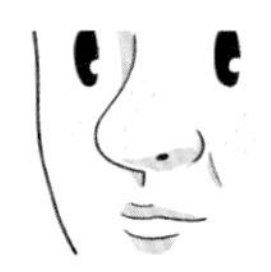

□ **모공** [모공] mo-gong

n. lỗ chân lông

□ **외모** [외:모/웨:모] oe-mo/we-mo

n. ngoại hình

□ **잘생기다** [잘생기다] jal-saeng-gi-da

v. đẹp trai

□ **못생기다** [몯:쌩기다] mot-ssaeng-gi-da

v. xấu

□ **아름답다** [아름답따] a-reum-dap-dda

a. xinh

□ **예쁘다** [예:쁘다] ye-bbeu-da

a. đẹp

□ **귀엽다** [귀:엽따] gwi-yeop-dda

a. dễ thương

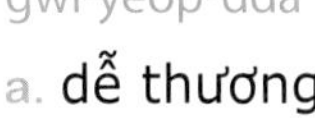

□ **신체** [신체] sin-che n. cơ thể

= **몸** [몸] mom

□ **머리** [머리] meo-ri n. đầu

□ **머리카락** [머리카락] meo-ri-ka-rak n. tóc

당신의 머리카락은 무슨 색깔이에요?
dang-si-ne meo-ri-ka-ra-geun mu-seun saek-gga-ri-e-yo?
Tóc của bạn màu gì?

□ **긴 머리** [긴 머리] gin meo-ri tóc dài

□ **짧은 머리** [짤븐 머리] jjal-beun meo-ri tóc ngắn

나는 짧은 머리예요.
na-neun jjal-beun meo-ri-ye-yo
Tóc tôi ngắn.

□ **곱슬머리** [곱쓸머리] gop-sseul-meo-ri n. tóc xoăn

그녀는 곱슬머리에 짧은 금발이에요.
geu-nyeu-neun gop-sseul-meo-ri-e jjal-beun geum-ba-ri-e-yo
Tóc cô ấy màu vàng, xoăn và ngắn.

□ **생머리** [생:머리] saeng-meo-ri n. tóc thẳng

□ **단발머리** [단:발머리] dan-bal-meo-ri n. tóc ngang vai

□ **목** [목] mok n. cổ

□ **어깨** [어깨] eo-ggae n. vai

□ **등** [등] deung n. lưng

□ **가슴** [가슴] ga-seum n. ngực

□ **젖가슴** [전까슴] jeot-gga-seum n. vú

가슴을 펴세요.
ga-seu-meul pyeo-se-yo
Hãy uỡn ngực.

□ **배** [배] bae n. bụng → tip. '배' có 3 ý nghĩa: bụng, quả lê và tàu.

□ **허리** [허리] heo-ri n. eo

□ **엉덩이** [엉:덩이] eong-deong-i n. mông

□ **팔** [팔] pal n. cánh tay

□ **팔꿈치** [팔꿈치] pal-ggum-chi n. khuỷu tay

□ **손목** [손목] son-mok n. cổ tay

□ **손** [손] son n. bàn tay

□ **손등** [손뜽] son-ddeung n. mu bàn tay

□ **손바닥** [손빠닥] son-bba-dak n. lòng bàn tay

손부터 씻으세요.
son-bu-teo ssi-seu-se-yo
Hãy rửa tay đã.

□ **오른손** [오른손] o-reun-son n. tay phải

= **바른손** [바른손] ba-reun-son

□ **오른손잡이** [오른손자비] o-reun-son-ja-bi n. người thuận tay phải

□ **왼손** [왼:손/웬:손] oen-son/wen-son n. tay trái

□ **왼손잡이** [왼:손자비/웬:손자비] oen-son-ja-bi/wen-son-ja-bi

n. người thuận tay trái

저는 왼손잡이예요.
jeo-neun oen-son-ja-bi-ye-yo
Tôi thuận tay trái.

□ 손가락 [손까락] son-gga-rak n. ngón tay

□ 손톱 [손톱] son-top n. móng tay

□ 다리 [다리] da-ri n. chân

□ 허벅지 [허벅찌] heo-beok-jji n. đùi

□ 종아리 [종:아리] jong-a-ri n. bắp chân

□ 무릎 [무릅] mu-reup n. đầu gối

□ 발 [발] bal n. bàn chân

□ 발바닥 [발빠닥] bal-bba-dak n. lòng bàn chân

□ 발등 [발뜽] bal-ddeung n. mu bàn chân

믿는 도끼에 발등 찍히다.
mit-neun do-ggi-e bal-ddeung jji-ki-da
Nuôi ong tay áo.

tip. '믿는 도끼에 발등 찍히다' là thành ngữ Hàn Quốc.

□ 발목 [발목] bal-mok n. cổ chân

발목을 삐었어요.
bal-mo-geul bbi-eo-sseo-yo
Tôi bị trẹo cổ chân.

□ 발가락 [발까락] bal-gga-rak n. ngón chân

□ 발톱 [발톱] bal-top n. móng chân

□ 얼굴 [얼굴] eol-gul n. mặt

□ 얼굴형 [얼굴형] eol-gul-hyeong n. hình dạng khuôn mặt

□ 얼굴빛 [얼굴삗] eol-gul-bbit n. sắc mặt

= 안색 [안색] an-saek

□ 이마 [이마] i-ma n. trán

그는 이마가 넓어요.
geu-neun i-ma-ga neol-beo-yo
Trán của anh ấy rộng.

□ **귀** [귀] gwi **n.** tai

□ **볼** [볼] bol **n.** má

□ **보조개** [보조개] bo-jo-gae **n.** lúm đồng tiền

나는 양쪽 볼에 보조개가 있어요.
na-neun yang-jjok bo-re bo-jo-gae-ga i-sseo-yo
Tôi có má lúm đồng tiền.

□ **턱** [턱] teok **n.** cằm

□ **눈썹** [눈썹] nun-sseop **n.** lông mày

□ **속눈썹** [송:눈썹] song-nun-sseop **n.** lông mi

□ **눈** [눈] nun **n.** mắt → **tip.** '눈' có hai ý nghĩa: mắt và tuyết.

□ **눈동자** [눈똥자] nun-ddong-ja **n.** con ngươi

□ **쌍꺼풀** [쌍꺼풀] ssang-ggeo-pul **n.** mắt hai mí

나는 쌍꺼풀이 있어요.
na-neun ssang-ggeo-pu-ri i-sseo-yo
Mắt tôi hai mí.

□ **코** [코] ko **n.** mũi

□ **콧대** [코때/콛때] ko-ddae/kot-ddae **n.** sống mũi

□ **콧구멍** [코꾸멍/콛꾸멍] ko-ggu-meong/kot-ggu-meong **n.** lỗ mũi

□ **입** [입] ip **n.** miệng

그는 입이 커요.
geu-neun i-bi keo-yo
Miệng của anh ấy rộng.

□ 입술 [입쑬] ip-ssul n. môi

□ 혀 [혀] hyeo n. lưỡi

□ 혓바닥 [혀빠닥/현빠닥] hyeo-bba-dak/hyeot-bba-dak n. mặt lưỡi

□ 이 [이] i n. răng

= 치아 [치아] chi-a

□ 이빨 [이빨] i-bbal n. răng → **tip.** '이빨' được sử dụng khi nói về răng của động vật.

□ 잇몸 [인몸] in-mom n. lợi

□ 키 [키] ki n. chiều cao

키가 얼마입니까?
ki-ga eol-ma-im-ni-gga?
Bạn cao bao nhiêu?

□ 크다 [크다] keu-da a. cao

□ 키다리 [키다리] ki-da-ri n. người cao ráo

□ 작다 [작:따] jak-da a. thấp

□ 작다리 [작따리] jak-da-ri n. người lùn

그는 키가 좀 작아요.
geu-neun ki-ga jom ja-ga-yo
Anh ấy hơi thấp.

□ 몸무게 [몸무게] mom-mu-ge n. cân nặng

□ 뚱뚱하다 [뚱뚱하다] ddung-ddung-ha-da a. béo

□ 통통하다 [통통하다] tong-tong-ha-da a. hơi béo

□ 비만 [비:만] bi-man n. béo phì

□ **날씬하다** [날씬하다] nal-ssin-ha-da **a.** thon thả

□ **홀쭉하다** [홀쭈카다] hol-jju-ka-da **a.** gầy

그녀는 키가 크고 날씬해요.
geu-nyeo-neun ki-ga keu-go nal-ssin-hae-yo
Cô ấy cao và thon thả.

□ **피부** [피부] pi-bu **n.** da

□ **주름** [주름] ju-reum **n.** nếp nhăn

당신 얼굴에 주름이 많은데요.
dang-sin eol-gu-re ju-reu-mi ma-neun-de-yo
Trên mặt bạn có nhiều nếp nhăn.

□ **점** [점] jeom **n.** nốt ruồi

□ **여드름** [여드름] yeo-deu-reum **n.** mụn

얼굴에 여드름이 났어요.
eol-gu-re yeo-deu-reu-mi na-sseo-yo
Tôi bị mọc mụn trên mặt.

□ **뾰루지** [뾰루지] bbyo-ru-ji **n.** mụn

□ **주근깨** [주근깨] ju-geun-ggae **n.** tàn nhang

□ **기미** [기미] gi-mi **n.** vết nám

경미의 얼굴은 기미투성이예요.
gyeong-mi-e eol-gu-reun gi-mi-tu-seong-i-ye-yo
Trên mặt của Gyeongmi đầy vết nám.

□ **잡티** [잡티] jap-ti **n.** khuyết điểm

□ **모공** [모공] mo-gong **n.** lỗ chân lông

□ **비듬** [비듬] bi-deum **n.** gàu

□ **수염** [수염] su-yeom n. râu

□ **턱수염** [턱쑤염] teok-ssu-yeom n. râu quai nón

□ **콧수염** [코쑤염/콛쑤염] ko-ssu-yeom/kot-ssu-yeom n. ria mép

우리 아빠는 콧수염이 있어요.
u-ri a-bba-neun kot-ssu-yeo-mi i-sseo-yo
Bố tôi để ria mép.

□ **외모** [외:모/웨:모] oe-mo/we-mo n. ngoại hình

= **모습** [모습] mo-seup

외모에 속지 말아요.
ui-mo-e sok-jji ma-ra-yo
Đừng bị lừa bởi ngoại hình.

□ **잘생기다** [잘생기다] jal-saeng-gi-da v. đẹp trai

= **잘나다** [잘라다] jal-ra-da

그는 잘생겼어요.
geu-neun jal-saeng-gyeo-sseo-yo
Anh ấy đẹp trai.

□ **아름답다** [아름답따] a-reum-dap-dda a. đẹp, xinh

□ **예쁘다** [예:쁘다] ye-bbeu-da a. đẹp

□ **귀엽다** [귀:엽따] gwi-yeop-dda a. dễ thương

= **깜찍하다** [깜찌카따] ggam-jji-ka-da

□ **우아하다** [우아하다] u-a-ha-da a. duyên dáng

□ **근사하다** [근:사하다] geun-sa-ha-da a. tuyệt vời

□ **세련되다** [세:련되다/세:련뒈다] se-ryeon-doe-da/se-ryeon-dwe-da
a. sành điệu

□ **멋지다** [먿찌다] meot-jji-da a. đẹp, tuyệt vời

저 남자 멋지지 않아요?
jeo nam-ja meot-jji-ji a-na-yo?
Anh chàng đằng kia đẹp trai nhỉ?

□ **못생기다** [몯:쌩기다] mot-ssaeng-gi-da v. xấu

= **못나다** [몬:나다] mon-na-da

□ **추하다** [추하다] chu-ha-da a. xấu

03. 외모

Hội thoại hữu ích 회화

이준서　안나는 어머니를 많이 닮았어.
an-na-neun eo-meo-ni-reul ma-ni dal-ma-sseo
Anna trông rất giống mẹ.

김미나　그래, 그 애는 자기 어머니처럼 머리가 검은색이잖아.
geu-rae, geo ae-neun ja-gi eo-meo-ni-cheo-reom meo-ri-ga geo-meun-sae-gi-ja-na
Ừ, tóc nó đen giống mẹ.

이준서　그런데 며칠 전에 머리를 노랗게 염색했더라고.
geu-reon-de myeo-chil jeo-ne meo-ri-reul no-ra-ke yeom-sae-kaet-ddeo-ra-go
Nhưng mà mấy hôm trước nó đã nhuộm tóc màu vàng.

김미나　정말? 난 그 애를 지난달 이후로 못 봤어.
jeong-mal? nan geu ae-reul ji-nan-dal i-hu-ro mot bwa-sseo
Thật à? Tôi không gặp nó kể từ tháng trước.

Tâm trạng & Tính cách 감정 & 성격 gam-jeong & seong-gyeok

□ 기쁘다 [기쁘다] gi-bbeu-da

a. vui, vui mừng

□ 즐겁다 [즐겁따] jeul-geop-dda

a. vui vẻ

□ 재미있다 [재미읻따] jae-mi-it-dda

a. hay

□ 흥미진진하다 [흥:미진진하다] heung-mi-jin-jin-ha-da

a. thú vị

□ 흥분하다 [흥분하다] heung-bun-ha-da

v. phấn khởi, hưng phấn

□ 행복하다 [행:보카다] haeng-bo-ka-da

a. hạnh phúc

□ 만족하다 [만조카다] man-jo-ka-da

a. hài lòng v. hài lòng

□ 편하다 [편하다] pyeon-ha-da

a. thoải mái

□ 믿다 [믿따] mit-dda

v. tin

□ **슬프다** [슬프다] seul-peu-da

a. buồn

□ **우울하다** [우울하다] u-ul-ha-da

a. u sầu

□ **괴롭다** [괴롭따/궤롭따]

goe-rop-dda/gwe-rop-dda

a. buồn phiền

□ **비참하다** [비:참하다]

bi-cham-ha-da

a. khốn khổ

□ **실망하다** [실망하다]

sil-mang-ha-da

v. thất vọng

□ **부끄럽다** [부끄럽따]

bu-ggeu-reop-dda

a. xấu hổ

□ **짜증스럽다** [짜증스럽따]

jja-jeung-seu-reop-dda

a. bực mình

□ **화** [화:] hwa n. sự tức giận

□ **화나다** [화:나다] hwa-na-da

v. tức giận, nổi giận

□ 무섭다 [무섭따] mu-seop-dda
a. kinh sợ

□ 두렵다 [두렵따] du-ryeop-dda
a. lo sợ

□ 겁나다 [검나다] geom-na-da
v. sợ hãi

□ 불안하다 [불안하다] bu-ran-ha-da
a. bất an

□ 긴장하다 [긴장하다] gin-jang-ha-da
v. căng thẳng

□ 초조하다 [초조하다] cho-jo-ha-da
a. bồn chồn

□ 착하다 [차카다] cha-ka-da
a. tốt bụng

□ 친절하다 [친절하다] chin-jeol-ha-da
a. tử tế

□ 다정하다 [다정하다] da-jeong-ha-da
a. thân thiện

□ 공손하다 [공손하다] gong-son-ha-da
a. lịch sự

□ 정직하다 [정:지카다] jeong-ji-ka-da
a. chân thật, chính trực

□ 침착하다 [침차카다] chim-cha-ka-da
a. bình tĩnh

□ **과묵하다** [과:무카다] gwa-mu-ka-da

a. ít nói

□ **비관적** [비:관적] bi-gwan-jeok

n. bi quan

□ **적극적** [적끅쩍] jeok-ggeuk-jjeok

n. tích cực

□ **소극적** [소극쩍] so-geuk-jjeok

n. tiêu cực

□ **외향적** [외:향적/웨:향적] oe-hyang-jeok/we-hyang-jeok

n. hướng ngoại

□ **내향적** [내:향적] nae-hyang-jeok

n. hướng nội

□ **나쁘다** [나쁘다] na-bbeu-da

a. xấu

□ **게으르다** [게으르다] ge-eu-reu-da

a. lười biếng

□ **사납다** [사:납따] sa-nap-dda

a. hung dữ

□ **거만하다** [거:만하다] geo-man-ha-da

= **건방지다** [건방지다] geon-bang-ji-da

a. kiêu căng

□ 기쁘다 [기쁘다] gi-bbeu-da a. vui, vui mừng

그 소식을 들으니 기뻐요.
geu so-si-geul deu-reu-ni gi-bbeo-yo
Tôi rất vui vì nghe tin đó.

□ 즐겁다 [즐겁따] jeul-geop-dda a. vui vẻ

□ 유쾌하다 [유쾌하다] yu-kwae-ha-da a. phấn khởi, sảng khoái

□ 흐뭇하다 [흐무타다] heu-mu-ta-da a. vừa lòng

□ 재미있다 [재미읻따] jae-mi-it-dda a. hay

□ 흥미진진하다 [흥:미진진하다] heung-mi-jin-jin-ha-da a. thú vị

이것은 매우 흥미진진해요.
i-geo-seun mae-u heung-mi-jin-jin-hae-yo
Cái này rất thú vị.

□ 흥분하다 [흥분하다] heung-bun-ha-da v. phấn khởi, hưng phấn

□ 행복하다 [행:보카다] haeng-bo-ka-da a. hạnh phúc

나는 아주 행복해요.
na-neun a-ju haeng-bo-kae-yo
Tôi rất hạnh phúc.

□ 만족하다 [만조카다] man-jo-ka-da a. hài lòng v. hài lòng

□ 흡족하다 [흡쪼카다] heup-jjo-ka-da a. thỏa mãn

□ 편하다 [편하다] pyeon-ha-da a. thoải mái

□ 믿다 [믿따] mit-dda v. tin tưởng

□ 신뢰 [실:뢰/실:뤠] sil-roe/sil-rwe n. niềm tin

□ 안심 [안심] an-sim n. sự an tâm

□ 슬프다 [슬프다] seul-peu-da a. buồn

□ 비통하다 [비:통하다] bi-tong-ha-da a. buồn rầu

□ 우울하다 [우울하다] u-ul-ha-da a. u sầu

그것은 슬픈 영화예요.
geu-geo-seun seul-peun yeong-hwa-ye-yo
Đó là bộ phim buồn.

□ 괴롭다 [괴롭따/궤롭따] goe-rop-dda/gwe-rop-dda a. buồn phiền

□ 고통스럽다 [고통스럽따] go-tong-seu-reop-dda a. đau khổ

□ 비참하다 [비:참하다] bi-cham-ha-da a. khốn khổ

□ 실망하다 [실망하다] sil-mang-ha-da v. thất vọng

그거 실망이네요.
geu-geo sil-mang-i-ne-yo
Điều đó khiến tôi thất vọng.

□ 부끄럽다 [부끄럽따] bu-ggeu-reop-dda a. xấu hổ

□ 수치스럽다 [수치스럽따] su-chi-seu-reop-dda a. nhục nhã

□ 짜증스럽다 [짜증스럽따] jja-jeung-seu-reop-dda a. bực mình

□ 불편하다 [불편하다] bul-pyeon-ha-da a. khó chịu, bất tiện

□ 화 [화:] hwa n. sự tức giận

□ 화나다 [화:나다] hwa-na-da v. tức giận, nổi giận

□ 무섭다 [무섭따] mu-seop-dda a. kinh sợ

□ 두렵다 [두렵따] du-ryeop-dda a. lo sợ

□ 겁나다 [검나다] geom-na-da v. sợ hãi

□ 불안하다 [불안하다] bu-ran-ha-da a. bất an

□ 긴장하다 [긴장하다] gin-jang-ha-da v. căng thẳng

□ 초조하다 [초조하다] cho-jo-ha-da a. bồn chồn

□ 조마조마하다 [조마조마하다] jo-ma-jo-ma-ha-da a. hồi hộp, căng thẳng

나는 매우 긴장했어요.
na-neun mae-u gin-jang-hae-sseo-yo
Tôi rất căng thẳng.

□ 어색하다 [어:새카다] eo-sae-ka-da a. ngượng nghịu

= 서먹서먹하다 [서먹써머카다] seo-meok-sseo-meo-ka-da

□ 걱정스럽다 [걱쩡스럽따] geok-jjeong-seu-reop-dda a. lo lắng

= 근심스럽다 [근심스럽따] geun-sim-seu-reup-dda

= 염려스럽다 [염:녀스럽따] yeom-nyeo-seu-reop-dda

□ 거북하다 [거:부카다] geo-bu-ka-da a. khó chịu

이것은 거북한 상황입니다.
i-geo-seun geo-bu-kan sang-hwang-im-ni-da
Đây là tình huống khó chịu.

□ 예민하다 [예:민하다] ye-min-ha-da a. nhạy cảm

□ 귀찮다 [귀찬타] gwi-chan-ta a. phiền phức

= 성가시다 [성가시다] seong-ga-si-da

= 번거롭다 [번거롭따] beon-geo-rop-dda

□ 섭섭하다 [섭써파다] seop-sseo-pa-da a. tiếc nuối, đáng tiếc

= 서운하다 [서운하다] seo-un-ha-da

= 아쉽다 [아쉽따] a-swip-dda

□ 안타깝다 [안타깝따] an-ta-ggap-dda a. tội nghiệp

= 딱하다 [따카다] dda-ka-da

□ **착하다** [차카다] cha-ka-da a. tốt bụng

□ **친절하다** [친절하다] chin-jeol-ha-da a. tử tế

그는 친절한 사람입니다.
geu-neun chin-jeol-han sa-ra-mim-ni-da
Anh ấy là người tử tế.

□ **다정하다** [다정하다] da-jeong-ha-da a. thân thiện

= **정겹다** [정겹따] jeong-gyeop-dda

□ **상냥하다** [상냥하다] sang-nyang-ha-da a. dịu dàng

□ **싹싹하다** [싹싸카다] ssak-ssa-ka-da a. nhã nhặn, ân cần

= **사근사근하다** [사근사근하다] sa-geun-sa-geun-ha-da

우리 며느리는 싹싹해요.
u-ri myeo-neu-ri-neun ssak-ssa-kae-yo
Con dâu tôi nhã nhặn.

□ **공손하다** [공손하다] gong-son-ha-da a. lịch sự

= **정중하다** [정:중하다] jeong-jung-ha-da

□ **고분고분하다** [고분고분하다] go-bun-go-bun-ha-da
a. ngoan ngoãn, dễ bảo

□ **겸손하다** [겸손하다] gyeom-son-ha-da a. khiêm tốn

□ **정직하다** [정:지카다] jeong-ji-ka-da a. chân thật, chính trực

□ **세심하다** [세:심하다] se-sim-ha-da a. tỉ mỉ

□ **침착하다** [침차카다] chim-cha-ka-da a. bình tĩnh

= **차분하다** [차분하다] cha-bun-ha-da

□ 과묵하다 [과:무카다] gwa-mu-ka-da a. ít nói

□ 신중하다 [신:중하다] sin-jung-ha-da a. thận trọng

□ 대담하다 [대:담하다] dae-dam-ha-da a. táo bạo

□ 적극적 [적끅쩍] jeok-ggeuk-jjeok n. tích cực

□ 외향적 [외:향적/웨:향적] oe-hyang-jeok/we-hyang-jeok n. hướng ngoại

□ 우호 [우:호] u-ho n. tình hữu nghị

□ 소극적 [소극쩍] so-geuk-jjeok n. tiêu cực

□ 내향적 [내:향적] nae-hyang-jeok n. hướng nội

□ 수동적 [수동적] su-dong-jeok n. bị động

□ 비관적 [비:관적] bi-gwan-jeok n. bi quan

□ 이기적 [이:기적] i-gi-jeok n. ích kỷ

□ 소심하다 [소:심하다] so-sim-ha-da a. nhút nhát

□ 수줍다 [수줍따] su-jup-dda a. ngượng ngùng

□ 숫기 [숟끼] sut-ggi n. sự tự nhiên

□ 숫기가 없다 [숟끼가 업:따] sut-ggi-ga eop-dda

ngại ngùng, không tự nhiên

□ 무뚝뚝하다 [무뚝뚜카다] mu-dduk-ddu-ka-da a. cục cằn

우리 아빠는 무뚝뚝하셔.

u-ri a-bba-neun mu-dduk-ddu-ka-syeo

Bố tôi là người cục cằn.

□ 나쁘다 [나쁘다] na-bbeu-da a. xấu

□ 무례하다 [무례하다] mu-rye-ha-da a. thô lỗ

□ 게으르다 [게으르다] ge-eu-reu-da a. lười biếng

□ **신경질** [신경질] sin-gyeong-jil **n.** dễ bực tức, quá nhạy cảm

□ **사납다** [사:납따] sa-nap-dda **a.** hung dữ

□ **심술궂다** [심술굳따] sim-sul-gut-dda **a.** khó tính

□ **거만하다** [거:만하다] geo-man-ha-da **a.** kiêu căng

= **교만하다** [교만하다] gyo-man-ha-da

= **건방지다** [건방지다] geon-bang-ji-da

04. 교통 체증

Hội thoại hữu ích 회화

김미나 나는 서울이 싫어.
na-neun seo-u-ri si-reo
Tôi không thích Seoul.

이준서 왜? 서울의 교통 시스템이 편리하다고 했잖아.
wae? seo-u-re gyo-tong si-seu-te-mi pyeon-ri-ha-da-go haet-jja-na
Sao thế? Bạn nói là hệ thống giao thông ở Seoul rất tiện lợi cơ mà.

김미나 그래. 하지만 오늘 아침 교통 체증 때문에 회사에 지각했거든.
geu-rae. ha-ji-man o-neul a-chim gyo-tong che-jeung ddae-mu-ne hoe-sa-e ji-ga-kae-ggeo-deun
Đúng thế. Nhưng sáng nay tôi đã đến cơ quan muộn vì tắc đường.

이준서 그렇구나. 교통 체증 때문에 짜증 나는 거야?
geu-reo-ku-na. gyo-tong che-jeung ddae-mu-ne jja-jeung na-neun geo-ya?
Tôi hiểu. Tắc đường khiến bạn bực mình hả?

Tình yêu 사랑 sa-rang

□ **만나다** [만나다] man-na-da

v. gặp

□ **만남** [만남] man-nam

n. cuộc gặp gỡ

□ **데이트** [데이트] de-i-teu

= **교제** [교제] gyo-je

n. buổi hẹn hò

□ **사귀다** [사귀다] sa-gwi-da

v. kết bạn

□ **좋아하다** [조:아하다] jo-a-ha-da

v. thích

□ **사랑하다** [사랑하다] sa-rang-ha-da

v. yêu

□ **사랑** [사랑] sa-rang

n. tình yêu

□ **남자 친구** [남자 친구]

nam-ja chin-gu

bạn trai

□ **여자 친구** [여자 친구]

yeo-ja chin-gu

bạn gái

□ 유혹하다 [유호카다] yu-ho-ka-da

v. tán tỉnh

□ 꾀다 [꾀:다/꿰:다] ggoe-da/ggwe-da

v. dụ dỗ

□ 반하다 [반:하다] ban-ha-da

v. bị cuốn hút

□ 뽀뽀 [뽀뽀] bbo-bbo

n. cái hôn nhẹ

□ 키스 [키스] ki-seu

n. nụ hôn

□ 윙크 [윙크] wing-keu

n. đá lông nheo

□ 포옹 [포:옹] po-ong

n. cái ôm

□ 껴안다 [껴안따] ggyeo-an-dda

v. ôm

□ 그립다 [그립따] geu-rip-dda

a. nhớ

□ **질투** [질투] jil-tu
n. cơn ghen

□ **갈등** [갈뜽] gal-ddeung
n. sự mâu thuẫn

□ **속이다** [소기다] so-gi-da v. lừa dối

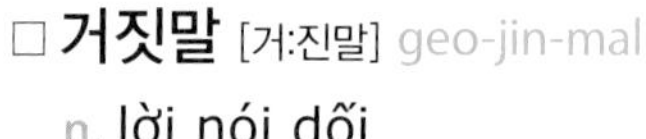

□ **거짓말** [거:진말] geo-jin-mal
n. lời nói dối

□ **배신** [배:신] bae-sin
n. sự phản bội

□ **헤어지다** [헤어지다] he-eo-ji-da
v. chia tay

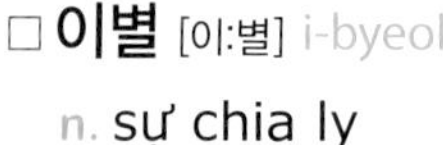

□ **이별** [이:별] i-byeol
n. sự chia ly

□ **잊다** [읻따] it-dda
v. quên

□ **청혼** [청혼] cheong-hon
n. việc cầu hôn

□ **약혼** [야콘] ya-kon
n. việc đính hôn

□ **결혼** [결혼] gyeol-hon

n. hôn nhân

□ **결혼식** [결혼식] gyeol-hon-sik

n. đám cưới

□ **신랑** [실랑] sil-rang

n. chú rể

□ **결혼반지** [결혼반지]

gyeol-hon-ban-ji

n. nhẫn cưới

□ **남편** [남편] nam-pyeon

n. chồng

□ **청첩장** [청첩짱] cheng-cheop-jjang

n. thiệp cưới

□ **신부** [신부] sin-bu

n. cô dâu

□ **웨딩드레스** [웨딩드레스]

we-ding-deu-re-seu

n. váy cưới

□ **아내** [아내] a-nae

n. vợ

□ **만나다** [만나다] man-na-da v. gặp

□ **만남** [만남] man-nam n. cuộc gặp gỡ

□ **데이트** [데이트] de-i-teu n. buổi hẹn hò

= **교제** [교제] gyo-je

데이트 어땠어요?
de-i-teu eo-ddae-sseo-yo?
Buổi hẹn hò của bạn thế nào?

□ **소개팅** [소개팅] so-gae-ting n. buổi gặp mặt làm quen

□ **맞선** [맏썬] mat-sseon n. buổi xem mặt

= **선** [선:] seon

좋은 사람 있으면 소개해 주세요.
jo-en sa-ram i-sseu-myeon so-gae-hae ju-se-yo
Nếu có người nào tốt thì giới thiệu cho tôi nhé.

□ **사귀다** [사귀다] sa-gwi-da v. kết bạn

□ **좋아하다** [조:아하다] jo-a-ha-da v. thích

□ **사랑하다** [사랑하다] sa-rang-ha-da v. yêu

□ **사랑** [사랑] sa-rang n. tình yêu

□ **애정** [애:정] ae-jeong n. sự yêu thương

당신을 사랑해요.
dang-si-neul sa-rang-hae-yo
Anh yêu em. / Em yêu anh.

□ **이상형** [이:상형] i-sang-hyeong n. hình mẫu lý tưởng

□ **공감대** [공:감대] gong-gam-dae n. sự đồng cảm

□ **애인** [애:인] ae-in **n.** người yêu

= **연인** [여:닌] yeo-nin

애인 있어요?
ae-in i-sseo-yo?
Bạn có người yêu chưa?

□ **친구** [친구] chin-gu **n.** bạn

□ **남자 친구** [남자 친구] nam-ja chin-gu bạn trai

□ **여자 친구** [여자 친구] yeo-ja chin-gu bạn gái

tip. Dạo này giới trẻ thường dùng từ '남사친 [nam-sa-chin]' và '여사친 [yeo-sa-chin]'. Hai từ này có ý nghĩa là 'bạn nam' và 'bạn nữ'.

□ **매력** [매력] mae-ryeok **n.** duyên

그녀는 매력적인 여자죠.
geu-nyeo-neun mae-ryeok-jjeo-gin yeo-ja-jyo
Cô ấy có duyên.

□ **유혹하다** [유호카다] yu-ho-ka-da **v.** tán tỉnh

□ **꾀다** [꾀:다/꿰:다] ggoe-da/ggwe-da **v.** dụ dỗ

= **꼬시다** [꼬시다] ggo-si-da → **tip.** '꼬시다' được sử dụng phổ biến hơn '꾀다'.

□ **반하다** [반:하다] ban-ha-da **v.** bị cuốn hút

□ **홀리다** [홀리다] hol-ri-da **v.** bị mê hoặc

□ **뽀뽀** [뽀뽀] bbo-bbo **n.** cái hôn nhẹ

□ **키스** [키스] ki-seu **n.** nụ hôn

= **입맞춤** [임맏춤] im-mat-chum

□ **윙크** [윙크] wing-keu **n.** đá lông nheo

□ **눈짓** [눈찓] nun-jjit **n.** tín hiệu bằng mắt

□ 포옹 [포:옹] po-ong n. cái ôm

□ 껴안다 [껴안따] ggyeo-an-dda v. ôm

□ 그립다 [그립따] geu-rip-dda a. nhớ

□ 그리워하다 [그리워하다] geu-ri-wo-ha-da v. nhớ

□ 질투 [질투] jil-tu n. cơn ghen

□ 갈등 [갈뜽] gal-ddeung n. sự mâu thuẫn

□ 고민 [고민] go-min n. sự lo lắng

□ 속이다 [소기다] so-gi-da v. lừa dối

□ 거짓말 [거:진말] geo-jin-mal n. lời nói dối

□ 배신 [배:신] bae-sin n. sự phản bội

□ 헤어지다 [헤어지다] he-eo-ji-da v. chia tay

□ 이별 [이:별] i-byeol n. sự chia ly

그와 헤어졌어요.
geu-wa he-eo-jeo-sseo-yo
Tôi đã chia tay với anh ấy.

□ 잊다 [읻따] it-dda v. quên

□ 미혼 [미:혼] mi-hon n. người chưa kết hôn

□ 독신 [독씬] dok-ssin n. độc thân

□ 청혼 [청혼] cheong-hon n. việc cầu hôn

□ 약혼 [야콘] ya-kon n. việc đính hôn

□ 약혼식 [야콘식] ya-kon-sik n. lễ đính hôn

□ 약혼자 [야콘자] ya-kon-ja n. chồng sắp cưới

□ 약혼녀 [야콘녀] ya-kon-nyeo n. vợ sắp cưới

□ **결혼** [결혼] gyeol-hon n. hôn nhân

□ **결혼식** [결혼식] gyeol-hon-sik n. đám cưới

= **혼례** [홀례] hol-rye

□ **신랑** [실랑] sil-rang n. chú rể

□ **신부** [신부] sin-bu n. cô dâu

신부가 참 아름다워요!
sin-bu-ga cham a-reum-da-wo-yo!
Cô dâu rất đẹp!

□ **청첩장** [청첩짱] cheng-cheop-jjang n. thiệp cưới

□ **결혼반지** [결혼반지] gyeol-hon-ban-ji n. nhẫn cưới

□ **혼례복** [홀례복] hol-rye-bok n. áo cưới

= **예복** [예복] ye-bok

□ **웨딩드레스** [웨딩드레스] we-ding-deu-re-seu n. váy cưới

□ **면사포** [면:사포] myeon-sa-po n. khăn voan cô dâu

□ **부케** [부케] bu-ke n. hoa cầm tay cô dâu

□ **피로연** [피로연] pi-ro-yeon n. tiệc cưới

□ **결혼기념일** [결혼기녀밀] gyeol-hon-gi-nyeo-mil n. ngày kỉ niệm ngày cưới

□ **축하** [추카] chu-ka n. lời chúc mừng

□ **신혼여행** [신혼녀행] sin-hon-nyeo-haeng n. tuần trăng mật

신혼여행은 어디로 가나요?
sin-hon-nyeo-haeng-eun eo-di-ro ga-na-yo?
Bạn sẽ đi tuần trăng mật ở đâu?

□ **부부** [부부] bu-bu **n.** vợ chồng

□ **남편** [남편] nam-pyeon **n.** chồng

□ **아내** [아내] a-nae **n.** vợ

□ **부인** [부인] bu-in **n.** vợ

tip. Khi gọi vợ của người khác thì dùng từ '부인', khi gợi vợ của mình thì dùng từ '아내'.

□ **배우자** [배:우자] bae-u-ja **n.** bạn đời

□ **반려자** [발:려자] bal-ryeo-ja **n.** bạn đời

□ **시부모** [시부모] si-bu-mo **n.** bố mẹ chồng

□ **시아버지** [시아버지] si-a-beo-ji **n.** bố chồng

□ **시어머니** [시어머니] si-eo-meo-ni **n.** mẹ chồng

□ **처부모** [처부모] cheo-bu-mo **n.** bố mẹ vợ

□ **장인** [장:인] jang-in **n.** bố vợ

□ **장모** [장:모] jang-mo **n.** mẹ vợ

□ **시아주버니** [시아주버니] si-a-ju-beo-ni **n.** anh trai của chồng

□ **시동생** [시동생] si-dong-saeng **n.** em trai của chồng

□ **시누이** [시누이] si-nu-i **n.** chị hay em gái của chồng

□ **동서** [동서] dong-seo **n.** anh em cột chèo, chị em dâu

□ **올케** [올케] ol-ke **n.** chị dâu, em dâu

tip. '동서' là anh em cột chèo, vợ của anh trai chồng hay em trai chồng.
'올케' là vợ của anh trai, vợ của em trai.

□ **처남** [처남] cheo-nam **n.** em trai của vợ

□ **처형** [처형] cheo-hyeong **n.** chị của vợ

□ **처제** [처제] cheo-je **n.** em gái của vợ

□ **매부** [매부] mae-bu n. anh rể, em rể

□ **매형** [매형] mae-hyeong n. anh rể

□ **제부** [제:부] je-bu n. em rể

tip. Nam giới gọi chồng của chị hoặc chồng của em gái là '매부'.
Em trai gọi chồng của chị là '매형'.
Chị gái gọi chồng của em gái là '제부'.

tip. Trong tiếng Hàn có nhiều từ xưng hô trong gia đình. Nhóm từ này khá phức tạp. Điều này chịu ảnh hưởng bởi văn hóa gia đình Hàn Quốc.

05. 데이트

Hội thoại hữu ích 회화

최지훈 어제 경진이라는 애를 만났어. 걔는 완전 내 이상형이야.
eo-je gyeong-ji-ni-ra-neun ae-reul man-na-sseo.
gyae-neun wan-jeon nae i-sang-hyeong-i-ya
Hôm qua tôi gặp một cô gái tên là Gyeongjin.
Cô ấy rất giống với mẫu người lý tưởng của tôi.

이준서 이번 주말에 데이트하자고 했어?
i-beon ju-ma-re de-i-teu-ha-ja-go hae-sseo?
Bạn đã mời cô ấy cuối tuần này đi chơi chưa?

최지훈 아직. 하지만 그러고 싶어.
a-jik. ha-ji-man geu-reo-go si-peo
Chưa. Nhưng tôi rất muốn.

이준서 그러면 얘기해. 손해 볼 거 없잖아.
geu-reo-myeon ye-gi-hae. son-hae bol geo eop-jja-na
Thế thì bạn cứ nói đi. Không có gì để mất đâu.

Gia đình 가족 ga-jok

□ 가족 [가족] ga-jok
n. gia đình

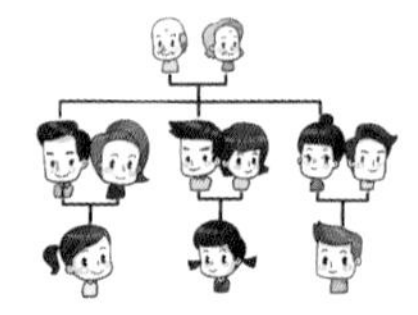

□ 친척 [친척] chin-cheok
n. họ hàng

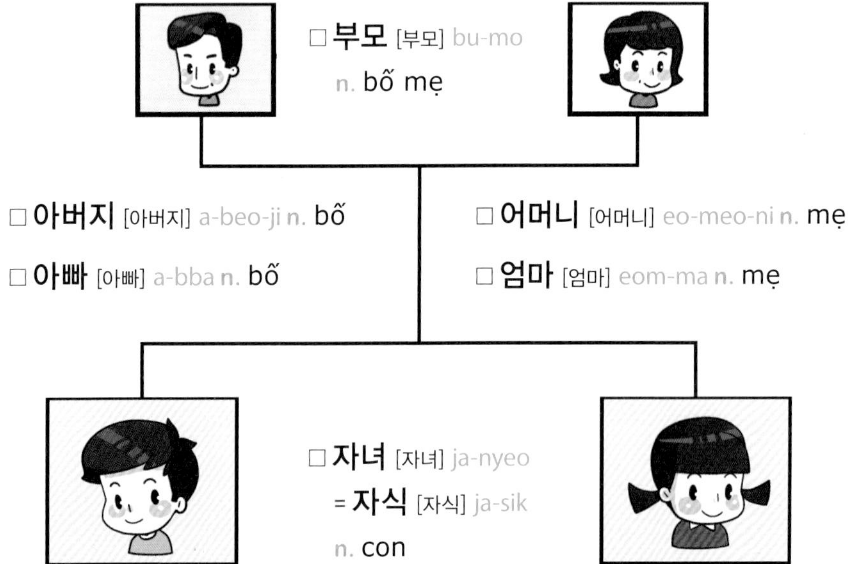

□ 부모 [부모] bu-mo
n. bố mẹ

□ 아버지 [아버지] a-beo-ji n. bố

□ 아빠 [아빠] a-bba n. bố

□ 어머니 [어머니] eo-meo-ni n. mẹ

□ 엄마 [엄마] eom-ma n. mẹ

□ 자녀 [자녀] ja-nyeo
= 자식 [자식] ja-sik
n. con

□ 아들 [아들] a-deul n. con trai

□ 형 [형] hyeong n. anh

□ 오빠 [오빠] o-bba n. anh

□ 남동생 [남동생] nam-dong-saeng
n. em trai

□ 딸 [딸] ddal n. con gái

□ 누나 [누:나] nu-na n. chị

□ 언니 [언니] eon-ni n. chị

□ 여동생 [여동생] yeo-dong-saeng
n. em gái

□ **남편** [남편] nam-pyeon

n. chồng

□ **아내** [아내] a-nae

n. vợ

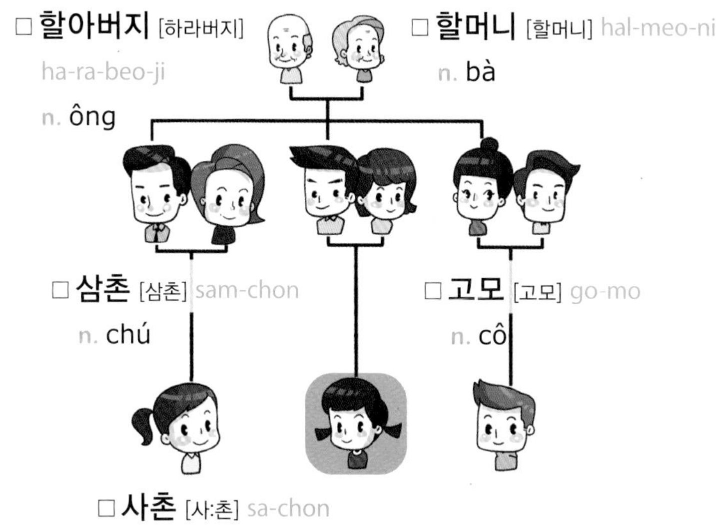

□ **할아버지** [하라버지] ha-ra-beo-ji

n. ông

□ **할머니** [할머니] hal-meo-ni

n. bà

□ **삼촌** [삼촌] sam-chon

n. chú

□ **고모** [고모] go-mo

n. cô

□ **사촌** [사:촌] sa-chon

n. anh chị em họ

□ **손녀** [손녀] son-nyeo

n. cháu gái

□ **손자** [손자] son-ja

n. cháu trai

□ **조카** [조카] jo-ka

n. cháu (con cái của anh chị em ruột)

□ **노인** [노:인] no-in
= **늙은이** [늘그니] neul-geu-ni
n. người già

□ **어른** [어:른] eo-reun
= **성인** [성인] seong-in
n. người lớn

□ **청년** [청년] cheong-nyeon
= **젊은이** [절므니] jeol-meu-ni
n. thanh niên

□ **청소년** [청소년] cheong-so-nyeon
n. thanh thiếu niên

□ **어린이** [어리니] eo-ri-ni
= **아이** [아이] a-i
n. trẻ em

□ **아기** [아기] a-gi
n. em bé

□ **임신** [임:신] im-sin
n. việc mang thai

□ **임산부** [임:산부] im-san-bu
n. bà bầu

□ **출산** [출싼] chul-ssan
n. việc sinh đẻ

□ **수유** [수유] su-yu

n. việc cho con bú

□ **모유** [모:유] mo-yu

n. sữa mẹ

□ **기저귀** [기저귀] gi-jeo-gwi

n. bỉm

□ **기르다** [기르다] gi-reu-da

= **키우다** [키우다] ki-u-da

v. nuôi

□ **보모** [보:모] bo-mo n. người trông trẻ

□ **유모** [유모] yu-mo n. bảo mẫu

□ **화목** [화목] hwa-mok

n. sự hòa thuận

□ **분유** [부뉴] bu-nyu

n. sữa bột

□ **젖병** [젇뼝] jeot-bbyeong

n. bình sữa

□ **유모차** [유모차] yu-mo-cha

n. xe nôi

□ **보살피다** [보살피다] bo-sal-pi-da

= **돌보다** [돌:보다] dol-bo-da

v. chăm sóc

□ **닮다** [담:따] dam-dda

v. giống

□ **불화** [불화] bul-hwa

n. sự bất hòa

□ **가족** [가족] ga-jok n. gia đình

□ **식구** [식꾸] sik-ggu n. thành viên gia đình

우리 가족은 다섯 명입니다.
u-ri ga-jo-geun da-seot myeong-im-ni-da
Gia đình tôi có năm người.

□ **부모** [부모] bu-mo n. bố mẹ

□ **아버지** [아버지] a-beo-ji n. bố

□ **아빠** [아빠] a-bba n. bố

이 분은 우리 아버지예요.
i bu-neun u-ri a-beo-ji-ye-yo
Đây là bố tôi.

□ **어머니** [어머니] eo-meo-ni n. mẹ

□ **엄마** [엄마] eom-ma n. mẹ

□ **조부모** [조부모] jo-bu-mo n. ông bà

□ **할아버지** [하라버지] ha-ra-beo-ji n. ông

□ **할머니** [할머니] hal-meo-ni n. bà

□ **외조부모** [외:조부모/웨:조부모] oe-jo-bu-mo/we-jo-bu-mo n. ông bà ngoại

□ **외할아버지** [외:하라버지/웨:하라버지] oe-ha-ra-beo-ji/we-ha-ra-beo-ji n. ông ngoại

□ **외할머니** [외:할머니/웨:할머니] oe-hal-meo-ni/we-hal-meo-ni n. bà ngoại

나는 우리 외할머니가 좋아요.
na-neun u-ri oe-hal-meo-ni-ga jo-a-yo
Tôi thích bà ngoại tôi.

□ **남매** [남매] nam-mae n. anh chị em

□ **형제** [형제] hyeong-je n. anh em trai

□ **자매** [자매] ja-mae n. chị em gái

□ **형** [형] hyeong n. anh

□ **오빠** [오빠] o-bba n. anh

tip. Nam giới gọi người cùng giới lớn tuổi hơn là '형'. Nữ giới gọi người khác giới lớn tuổi hơn là '오빠'.

□ **누나** [누:나] nu-na n. chị

□ **언니** [언니] eon-ni n. chị

tip. Nữ giới gọi người cùng giới lớn tuổi hơn là '언니'. Nam giới gọi người khác giới lớn tuổi hơn là '누나'.

□ **동생** [동생] dong-saeng n. em

□ **남동생** [남동생] nam-dong-saeng n. em trai

□ **여동생** [여동생] yeo-dong-saeng n. em gái

나도 언젠가 동생이 생기면 좋겠어요.
na-do eon-jen-ga dong-saeng-i saeng-gi-myeon jo-ke-sseo-yo
Tôi mong một ngày nào đó mình có em.

□ **부부** [부부] bu-bu n. vợ chồng

□ **남편** [남편] nam-pyeon n. chồng

□ **아내** [아내] a-nae n. vợ

□ **자녀** [자녀] ja-nyeo n. con

= **자식** [자식] ja-sik

□ **아들** [아들] a-deul n. con trai

□ **딸** [딸] ddal n. con gái

무자식이 상팔자.
mu-ja-si-gi sang-pal-ja
Không có con thì sống lại sướng.

tip. '무자식이 상팔자' là thành ngữ Hàn Quốc.

□ **사위** [사위] sa-wi **n.** con rể

□ **며느리** [며느리] myeo-neu-ri **n.** con dâu

□ **손주** [손주] son-ju **n.** cháu

□ **손자** [손자] son-ja **n.** cháu trai

□ **손녀** [손녀] son-nyeo **n.** cháu gái

□ **친척** [친척] chin-cheok **n.** họ hàng

□ **삼촌** [삼촌] sam-chon **n.** chú

□ **외삼촌** [외:삼촌/웨:삼촌] oe-sam-chon/we-sam-chon **n.** cậu

tip. '삼촌' là anh em trai của bố.
Còn '외삼촌' là anh em trai của mẹ.

□ **고모** [고모] go-mo **n.** cô

□ **이모** [이모] i-mo **n.** dì

□ **숙모** [숭모] sung-mo **n.** thím

□ **외숙모** [외:숭모/웨:숭모] oe-sung-mo/we-sung-mo **n.** mợ

tip. '고모' là chị em gái của bố. '이모' là chị em gái của mẹ.
'숙모' là vợ của '삼촌'. '외숙모' là vợ của '외삼촌'.

□ **사촌** [사:촌] sa-chon **n.** anh chị em họ

□ **조카** [조카] jo-ka **n.** cháu (con cái của anh chị em ruột)

□ **어른** [어:른] eo-reun **n.** người lớn

= **성인** [성인] seong-in

□ **노인** [노:인] no-in **n.** người già, người cao tuổi

= **늙은이** [늘그니] neul-geu-ni

노인을 공경해야 합니다.
no-i-neul gong-gyeong-hae-ya ham-ni-da
Chúng ta phải kính trọng người già.

□ **청년** [청년] cheong-nyeon **n.** thanh niên

= **젊은이** [절므니] jeol-meu-ni

□ **청소년** [청소년] cheong-so-nyeon **n.** thanh thiếu niên

□ **어린이** [어리니] eo-ri-ni **n.** trẻ em

= **아이** [아이] a-i

tip. '어린이' là từ viết tắt '어린아이'. '애' là từ viết tắt '아이'.

□ **아기** [아기] a-gi **n.** em bé

아기는 내가 돌볼게요.

a-gi-neun nae-ga dol-bol-ge-yo

Tôi sẽ chăm sóc em bé.

□ **임신** [임:신] im-sin **n.** việc mang thai

□ **임산부** [임:산부] im-san-bu **n.** bà bầu

tip. '임산부' nghĩa là '임부' và '산부'.

□ **임부** [임:부] im-bu **n.** bà bầu

= **임신부** [임:신부] im-sin-bu

□ **산부** [산:부] san-bu **n.** sản phụ

= **산모** [산:모] san-mo

□ **입덧** [입떧] ip-ddeot **n.** chứng ốm nghén

□ **출산** [출싼] chul-ssan **n.** việc sinh đẻ

□ **해산** [해:산] hae-san **n.** việc sinh đẻ

□ **수유** [수유] su-yu **n.** việc cho con bú

□ **모유** [모:유] mo-yu **n.** sữa mẹ

□ **분유** [부뉴] bu-nyu **n.** sữa bột

□ **젖병** [젇뼝] jeot-bbyeong **n.** bình sữa

□ **기저귀** [기저귀] gi-jeo-gwi **n.** bỉm

기저귀 좀 갈아 줄래요?
gi-jeo-gwi jom ga-ra jul-rae-yo?
Thay bỉm cho em bé nhé.

□ **유모차** [유모차] yu-mo-cha **n.** xe nôi

□ **기르다** [기르다] gi-reu-da **v.** nuôi

= **키우다** [키우다] ki-u-da

= **양육하다** [양:유카다] yang-yu-ka-da

□ **보살피다** [보살피다] bo-sal-pi-da **v.** chăm sóc

= **돌보다** [돌:보다] dol-bo-da

아기 돌볼 사람을 찾았어요.
a-gi dol-bol sa-ra-meul cha-ja-sseo-yo
Tôi đã tìm được người chăm sóc em bé rồi.

□ **보모** [보:모] bo-mo **n.** người trông trẻ

□ **유모** [유모] yu-mo **n.** bảo mẫu

□ **닮다** [담:따] dam-dda **v.** giống

당신은 어머니를 닮았어요 아버지를 닮았어요?
dang-si-neun eo-meo-ni-reul dal-ma-sseo-yo a-beo-ji-reul dal-ma-sseo-yo?
Bạn giống mẹ hay giống bố?

□ **입양** [이뱡] i-byang **n.** việc nhận con nuôi

□ **입양아** [이뱡아] i-byang-a **n.** con nuôi

□ **양자** [양:자] yang-ja **n.** con trai nuôi

□ **양녀** [양:녀] yang-nyeo **n.** con gái nuôi

□ **화목** [화목] hwa-mok **n.** sự hòa thuận

□ **불화** [불화] bul-hwa n. sự bất hòa

□ **동거** [동거] dong-geo n. việc sống chung

□ **별거** [별거] byeol-geo n. việc ly thân

별거 중입니다.
byeol-geo jung-im-ni-da
Tôi đang sống ly thân.

□ **이혼** [이:혼] i-hon n. việc ly hôn

□ **재혼** [재:혼] jae-hon n. việc tái hôn

06. 가족 소개

Hội thoại hữu ích 실전 회화

김미나 지훈아, 너는 형제나 자매가 있니?
ji-hu-na, neo-neun hyeong-je-na ja-mae-ga in-ni?
Ji-hun ơi, bạn có anh chị em không?

최지훈 남동생이 한 명 있어. 나보다 여덟 살이 어려.
nam-dong-saeng-i han myeong i-sseo. na-bo-da yeo-deol sa-ri eo-ryeo
Tôi có một em trai. Nó kém tôi tám tuổi.

김미나 네 남동생과 사이가 좋으니?
ne nam-dong-saeng-gwa sa-i-ga jo-eu-ni?
Bạn với em trai có thân nhau không?

최지훈 응, 그런데 그 애는 좀 장난꾸러기야.
eung, geu-reon-de geu ae-neun jom jang-nan-ggu-reo-gi-ya
Ừ, nhưng nó hơi nghịch ngợm.

Luyện tập

Đọc và nối.

1. 가족	bố
2. 결혼	buồn
3. 사랑	cơ thể
4. 슬프다	đẹp
5. 신체, 몸	em bé
6. 아기	gia đình
7. 아버지	hạnh phúc
8. 어머니	hôn nhân
9. 얼굴	mặt
10. 예쁘다	mẹ
11. 좋아하다	thích
12. 행복하다	tình yêu

1. 가족 – gia đình 2. 결혼 – hôn nhân 3. 사랑 – tình yêu 4. 슬프다 – buồn
5. 신체, 몸 – cơ thể 6. 아기 – em bé 7. 아버지 – bố 8. 어머니 – mẹ
9. 얼굴 – mặt 10. 예쁘다 – đẹp 11. 좋아하다 – thích 12. 행복하다 – hạnh phúc

3장

Thời gian & Môi trường tự nhiên

Ngày tháng & Thời gian 날짜 & 시간 nal-jja & si-gan

□ 시간 [시간] si-gan
n. thời gian

□ 시각 [시각] si-gak
n. thời điểm

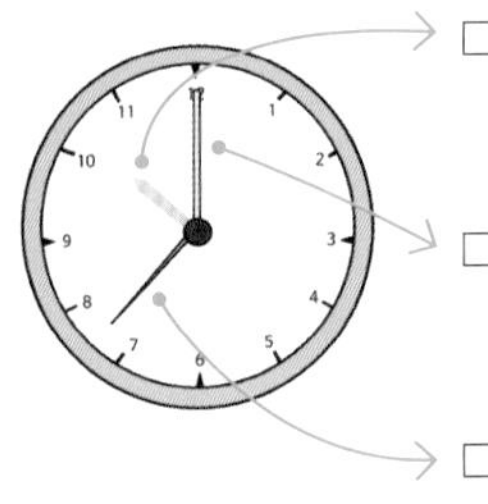

□ 시 [시] si
n. giờ

□ 분 [분] bun
n. phút

□ 초 [초] cho
n. giây

□ 반(半) [반:] ban
n. rưỡi

□ 시계 [시계/시게] si-gye/si-ge
n. đồng hồ

□ 손목시계 [손목씨계/손목씨게]
son-mok-ssi-gye/son-mok-ssi-ge
n. đồng hồ đeo tay

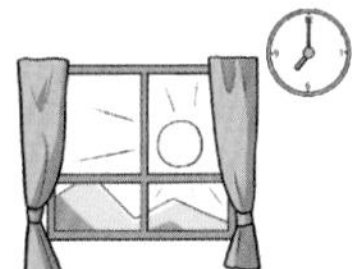

□ 새벽 [새벽] sae-byeok
n. bình minh,
rạng sáng

□ 아침 [아침] a-chim
n. buổi sáng

□ 오전 [오:전] o-jeon
n. buổi sáng

□ 낮 [낟] nat
n. ban ngày

□ 오후 [오:후] o-hu
n. buổi chiều

□ 점심 [점:심] jeom-sim
n. buổi trưa

□ 저녁 [저녁] jeo-nyeok
n. buổi tối

□ 밤 [밤] bam
n. ban đêm

□ 일어나다 [이러나다] i-reo-na-da
v. thức dậy

□ 깨다 [깨:다] ggae-da
v. tỉnh giấc

□ 씻다 [씯따] ssit-dda
v. rửa

□ 세수 [세:수] se-su
n. việc rửa mặt

□ 양치하다 [양치하다] yang-chi-ha-da
v. đánh răng

□ 아침 식사 [아침 식싸] a-chim sik-ssa
bữa sáng

□ 점심 식사 [점:심 식싸] jeom-sim sik-ssa
bữa trưa

□ 저녁 식사 [저녁 식싸] jeo-nyeok sik-ssa
bữa tối

□ 자다 [자다] ja-da v. ngủ

□ 잠 [잠] jam n. giấc ngủ

□ 꿈 [꿈] ggum
n. giấc mơ

□ 날짜 [날짜] nal-jja n. ngày tháng

□ 달력 [달력] dal-ryeok n. lịch

□ 일(日) [일] il n./b.n. ngày

□ 요일 [요일] yo-il n. thứ

□ 주(週) [주] ju n./b.n. tuần
= 주일 [주일] ju-il

□ 주말 [주말] ju-mal n. cuối tuần

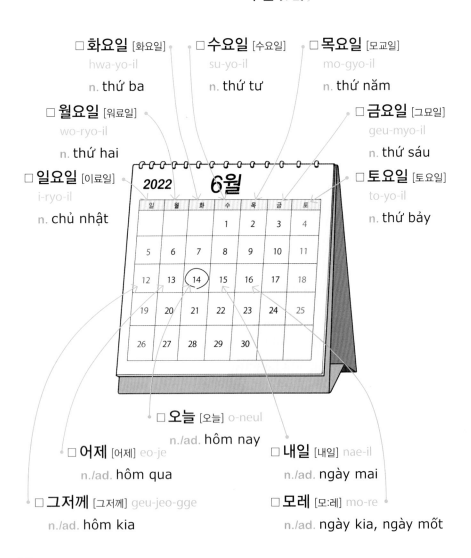

□ 화요일 [화요일] hwa-yo-il n. thứ ba

□ 수요일 [수요일] su-yo-il n. thứ tư

□ 목요일 [모교일] mo-gyo-il n. thứ năm

□ 월요일 [워료일] wo-ryo-il n. thứ hai

□ 금요일 [그묘일] geu-myo-il n. thứ sáu

□ 일요일 [이료일] i-ryo-il n. chủ nhật

□ 토요일 [토요일] to-yo-il n. thứ bảy

□ 오늘 [오늘] o-neul n./ad. hôm nay

□ 어제 [어제] eo-je n./ad. hôm qua

□ 내일 [내일] nae-il n./ad. ngày mai

□ 그저께 [그저께] geu-jeo-gge n./ad. hôm kia

□ 모레 [모:레] mo-re n./ad. ngày kia, ngày mốt

□ **월(月)** [월] wol n./b.n. tháng
= **달** [달] dal

□ **1월** [이뤌] i-rwol n. tháng một

□ **2월** [이:월] i-wol n. tháng hai

□ **3월** [사뭘] sa-mwol n. tháng ba

□ **4월** [사:월] sa-wol n. tháng tư

□ **5월** [오:월] o-wol n. tháng năm

□ **6월** [유월] yu-wol n. tháng sáu

□ **7월** [치뤌] chi-rwol n. tháng bảy

□ **8월** [파뤌] pa-rwol n. tháng tám

□ **9월** [구월] gu-wol n. tháng chín

□ **10월** [시월] si-wol n. tháng mười

□ **11월** [시비뤌] si-bi-rwol
n. tháng mười một

□ **12월** [시비월] si-bi-wol
n. tháng mười hai

□ **년(年)** [년] nyeon b.n. năm
□ **연** [연] yeon n. năm

□ **공휴일** [공휴일] gong-hyu-il
n. ngày nghỉ theo luật định

□ **국경일** [국꼉일] guk-ggyeong-il
n. ngày lễ của quốc gia

□ **명절** [명절] myeong-jeol
n. ngày lễ

□ **설날** [설:랄] seol-ral
n. ngày Tết

□ **추석** [추석] chu-seok
n. Trung Thu

□ **과거** [과:거] gwa-geo
n. quá khứ

□ **현재** [현:재] hyeon-jae
n./ad. hiện tại

□ **미래** [미:래] mi-rae
n. tương lai

□ **시간** [시간] si-gan n. thời gian

□ **때** [때] ddae n. khi, lúc

몇 시예요?
myeot si-ye-yo?
Bây giờ là mấy giờ?

지금은 2시 반이에요.
ji-geu-meun du-si ba-ni-e-yo
Bây giờ là hai giờ rưỡi.

□ **시각** [시각] si-gak n. thời điểm

tip. '시간' là khoảng thời gian từ thời điểm A đến thời điểm B. '시각' là một thời điểm.

□ **시** [시] si n. giờ

□ **분** [분] bun n. phút

□ **초** [초] cho n. giây

□ **반(半)** [반:] ban n. rưỡi

□ **시계** [시계/시게] si-gye/si-ge n. đồng hồ

□ **손목시계** [손목씨계/손목씨게] son-mok-ssi-gye/son-mok-ssi-ge n. đồng hồ đeo tay

□ **새벽** [새벽] sae-byeok n. bình minh, rạng sáng

□ **아침** [아침] a-chim n. buổi sáng, bữa sáng

□ **오전** [오:전] o-jeon n. buổi sáng

□ **정오** [정:오] jeong-o n. giữa trưa

□ **낮** [낟] nat n. ban ngày

□ **오후** [오:후] o-hu n. buổi chiều

□ **점심** [점:심] jeom-sim n. buổi trưa, bữa trưa

□ **저녁** [저녁] jeo-nyeok n. buổi tối, bữa tối

□ **밤** [밤] bam n. ban đêm

□ **일어나다** [이러나다] i-reo-na-da v. thức dậy

= **기상하다** [기상하다] gi-sang-ha-da

□ **깨다** [깨:다] ggae-da v. tỉnh giấc

□ **씻다** [씯따] ssit-dda v. rửa

□ **닦다** [닥따] dak-dda v. lau

□ **세수** [세:수] se-su n. việc rửa mặt

세수했어요?
se-su-hae-sseo-yo?
Bạn rửa mặt chưa?

□ **양치** [양치] yang-chi n. việc đánh răng

= **양치질** [양치질] yang-chi-jil

□ **양치하다** [양치하다] yang-chi-ha-da v. đánh răng

□ **이를 닦다** [이를 닥따] i-reul dak-dda đánh răng

□ **머리를 감다** [머리를 감:따] meo-ri-reul gam-dda gội đầu

□ **샤워** [샤워] sya-wo n. việc tắm vòi sen

□ **목욕** [모굑] mo-gyok n. việc tắm bồn

□ **식사** [식싸] sik-ssa n. bữa ăn

□ **식사를 하다** [식싸를 하다] sik-ssa-reul ha-da ăn cơm

= **밥을 먹다** [바블 먹따] ba-beul meok-dda

□ **아침 식사** [아침 식싸] a-chim sik-ssa bữa sáng

□ **점심 식사** [점:심 식싸] jeom-sim sik-ssa bữa trưa

□ **저녁 식사** [저녁 식싸] jeo-nyeok sik-ssa bữa tối

□ **간식** [간:식] gan-sik n. đồ ăn vặt

□ **자다** [자다] ja-da v. ngủ

□ **졸다** [졸:다] jol-da v. ngủ gật

□ 잠 [잠] jam n. giấc ngủ

= 수면 [수면] su-myeon

□ 불면증 [불면쯩] bul-myeon-jjeung n. chứng mất ngủ

□ 꿈 [꿈] ggum n. giấc mơ

□ 낮잠 [낟짬] nat-jjam n. việc ngủ trưa

□ 늦잠 [늗짬] neut-jjam n. việc ngủ dậy muộn

□ 날짜 [날짜] nal-jja n. ngày tháng

□ 그저께 [그저께] geu-jeo-gge n./ad. hôm kia

□ 어제 [어제] eo-je n./ad. hôm qua

□ 오늘 [오늘] o-neul n./ad. hôm nay

□ 내일 [내일] nae-il n./ad. ngày mai

□ 모레 [모:레] mo-re n./ad. ngày kia, ngày mốt

□ 글피 [글피] geul-pi n. ngày kìa

□ 달력 [달력] dal-ryeok n. lịch

□ 양력 [양녁] yang-nyeok n. dương lịch

□ 음력 [음녁] eum-nyeok n. âm lịch

□ 일(日) [일] il n./b.n. ngày

□ 날 [날] nal n./b.n. ngày

□ 주(週) [주] ju n./b.n. tuần

= 주일 [주일] ju-il

□ 주말 [주말] ju-mal n. cuối tuần → **tip.** '주말' nghĩa là 'thứ 7' và chủ nhật.

□ 요일 [요일] yo-il n. thứ

□ **월요일** [워료일] wo-ryo-il **n.** thứ hai

□ **화요일** [화요일] hwa-yo-il **n.** thứ ba

□ **수요일** [수요일] su-yo-il **n.** thứ tư

□ **목요일** [모교일] mo-gyo-il **n.** thứ năm

□ **금요일** [그묘일] geu-myo-il **n.** thứ sáu

□ **토요일** [토요일] to-yo-il **n.** thứ bảy

□ **일요일** [이료일] i-ryo-il **n.** chủ nhật

□ **월(月)** [월] wol **n./b.n.** tháng

= **달** [달] dal

□ **1월** [이뤌] i-rwol **n.** tháng một

= **정월** [정월] jeong-wol → **tip.** '정월' là tháng giêng.

□ **2월** [이:월] i-wol **n.** tháng hai

□ **3월** [사뭘] sa-mwol **n.** tháng ba

□ **4월** [사:월] sa-wol **n.** tháng tư

□ **5월** [오:월] o-wol **n.** tháng năm

□ **6월** [유월] yu-wol **n.** tháng sáu

□ **7월** [치뤌] chi-rwol **n.** tháng bảy

□ **8월** [파뤌] pa-rwol **n.** tháng tám

□ **9월** [구월] gu-wol **n.** tháng chín

□ **10월** [시월] si-wol **n.** tháng mười

□ **11월** [시비뤌] si-bi-rwol **n.** tháng mười một

□ **12월** [시비월] si-bi-wol **n.** tháng mười hai

생일이 몇 월 며칠이에요?
saeng-i-ri myeot wol meo-chi-ri-e-yo?
Sinh nhật bạn là ngày nào?

□ 년(年) [년] nyeon b.n. năm

tip. '년' là danh từ phụ thuộc. Vì vậy, không thể đứng một mình.

□ 연 [연] yeon n. năm

□ 세기(世紀) [세:기] se-gi n. thế kỷ

□ 공휴일 [공휴일] gong-hyu-il n. ngày nghỉ theo luật định

□ 국경일 [국꼉일] guk-ggyeong-il n. ngày lễ của quốc gia

□ 명절 [명절] myeong-jeol n. ngày lễ

□ 설날 [설:랄] seol-ral n. ngày Tết

tip. '설날' là ngày 1 tháng 1 âm lịch.

설날은 한국에서 가장 큰 명절이에요.
seol-ra-reun han-gu-ge-seo ga-jang keun myeong-jeo-ri-e-yo
Ngày Tết là ngày lễ lớn nhất ở Hàn Quốc.

□ 삼일절 [사밀쩔] sa-mil-jjeol n. ngày kỷ niệm phong trào độc lập

□ 석가탄신일 [석까탄:시닐] seok-gga-tan-si-nil n. ngày Phật Đản

□ 어린이날 [어리니날] eo-ri-ni-nal n. ngày thiếu nhi

□ 추석 [추석] chu-seok n. Trung Thu

tip. '삼일절' là ngày 1 tháng 3. '석가탄신일' là ngày 8 tháng 4 âm lịch. '어린이날' là ngày 5 tháng 5, '추석' là ngày 15 tháng 8 âm lịch.

□ 광복절 [광복쩔] gwang-bok-jjeol n. ngày Độc lập

□ 개천절 [개천절] gae-cheon-jeol n. ngày Lập quốc

□ 한글날 [한:글랄] han-geul-ral n. ngày chữ Hàn

tip. '광복절' là ngày 15 tháng 8. '개천절' là ngày 3 tháng 10, '한글날' là ngày 9 tháng 10.

□ 성탄절 [성:탄절] seong-tan-jeol n. Giáng sinh

= 크리스마스 [크리스마스] keu-ri-seu-ma-seu

□ 부활절 [부:활쩔] bu-hwal-jjeol n. lễ Phục Sinh

□ 추수감사절 [추수감사절] chu-su-gam-sa-jeol ngày lễ tạ ơn

□ **생일** [생일] saeng-il n. sinh nhật

□ **과거** [과:거] gwa-geo n. quá khứ

□ **옛날** [옌:날] yen-nal n. ngày xưa

□ **현재** [현:재] hyeon-jae n./ad. hiện tại

□ **미래** [미:래] mi-rae n. tương lai

□ **요즈음** [요즈음] yo-jeu-eum n. dạo này

= **요즘** [요즘] yo-jeum → **tip.** '요즘' là từ viết tắt của '요즈음'.

□ **최근** [최:근/췌:근] choe-geun/chwe-geun

n. gần đây

07. 크리스마스

Hội thoại hữu ích 회화

이준서 크리스마스에 뭐 하니?
keu-ri-seu-ma-seu-e mwo ha-ni?
Bạn sẽ làm gì vào ngày Giáng sinh?

김미나 교회에 예배 드리러 가. 너는?
gyo-hoe-e ye-bae deu-ri-reo ga. neo-neun?
Tôi đi nhà thờ để dự lễ. Còn bạn?

이준서 집에서 친구들과 크리스마스 파티를 할 거야. 너도 올래?
ji-be-seo chin-gu-deul-gwa keu-ri-seu-ma-seu pa-ti-reul hal ggeo-ya. neo-do ol-rae?
Tôi sẽ mở tiệc Giáng sinh với bạn bè ở nhà. Bạn muốn đến không?

김미나 가고 싶지만, 약속이 있어.
ga-go sip-jji-man, yak-sso-gi i-sseo
Tôi muốn đi mà có hẹn rồi.

8과

Thời tiết & Mùa 날씨 & 계절 nal-ssi & gye-jeol

□ 날씨 [날씨] nal-ssi

n. thời tiết

□ 일기예보 [일기예보] il-gi-ye-bo

dự báo thời tiết

□ 맑다 [막따] mak-dda

a. trong xanh

□ 따뜻하다 [따뜨타다] dda-ddeu-ta-da

a. ấm

□ 덥다 [덥:따] deop-dda a. nóng

□ 더위 [더위] deo-wi n. cái nóng

□ 폭염 [포겸] po-gyeom

= 불볕더위 [불볃떠위] bul-byeot-ddeo-wi

n. nắng gắt

□ 시원하다 [시원하다] si-won-ha-da

a. mát

□ 춥다 [춥따] chup-dda a. lạnh

□ 추위 [추위] chu-wi n. cái lạnh

□ **하늘** [하늘] ha-neul
n. trời

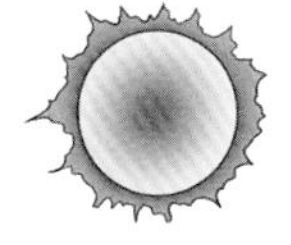

□ **해** [해] hae
= **태양** [태양] tae-yang
n. mặt trời

□ **구름** [구름] gu-reum
n. mây

□ **바람** [바람] ba-ram
n. gió

□ **가뭄** [가뭄] ga-mum
n. hạn hán

□ **안개** [안:개] an-gae
n. sương mù

□ **비** [비] bi
n. mưa

□ **소나기** [소나기] so-na-gi
n. mưa rào

□ **홍수** [홍수] hong-su
n. lũ lụt

□ **태풍** [태풍] tae-pung
n. bão

□ **폭풍** [폭풍] pok-pung
n. giông bão

□ **천둥** [천둥] cheon-dung
n. sấm

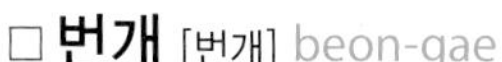

□ **번개** [번개] beon-gae
n. tia chớp

□ **얼음** [어름] eo-reum
n. đá

□ **계절** [계:절/게:절] gye-jeol/ge-jeol

n. mùa

□ **봄** [봄] bom

n. mùa xuân

□ **무지개** [무지개] mu-ji-gae

n. cầu vồng

□ **여름** [여름] yeo-reum

n. mùa hè

□ **열대야** [열때야] yeol-ddae-ya

n. đêm nhiệt đới

□ **습하다** [스파다] seu-pa-da

a. ẩm ướt

□ **우산** [우:산] u-san

n. ô

□ **가을** [가을] ga-eul

n. mùa thu

□ **단풍** [단풍] dan-pung

n. lá đỏ

□ **낙엽** [나겹] na-gyeop

n. lá rụng

□ **추수** [추수] chu-su

= **수확** [수확] su-hwak

n. việc thu hoạch

□ **겨울** [겨울] gyeo-ul

n. mùa đông

□ **눈** [눈:] nun

n. tuyết

□ **눈송이** [눈:쏭이] nun-ssong-i

n. hoa tuyết

□ **눈사람** [눈:싸람] nun-ssa-ram

n. người tuyết

□ **온도** [온도] on-do

= **기온** [기온] gi-on

n. nhiệt độ

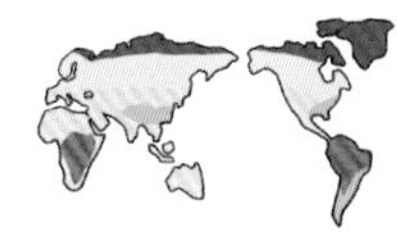

□ **기후** [기후] gi-hu

n. khí hậu

□ **날씨** [날씨] nal-ssi n. thời tiết

오늘 날씨가 어때요?
o-neul nal-ssi-ga eo-ddae-yo?
Hôm nay thời tiết thế nào?

□ **일기예보** [일기예보] il-gi-ye-bo dự báo thời tiết

□ (하늘, 물 등이) **맑다** [막따] mak-dda a. trong xanh

□ **맑아지다** [말가지다] mal-ga-ji-da v. trở nên trong xanh

□ **맑은 날씨** [말근 날씨] mal-geun nal-ssi trời đẹp

□ **개다** [개:다] gae-da v. trời quang đãng

□ **따뜻하다** [따뜨타다] dda-ddeu-ta-da a. ấm

□ **덥다** [덥:따] deop-dda a. nóng

□ **더위** [더위] deo-wi n. cái nóng

□ **무덥다** [무덥따] mu-deop-dda a. nóng bức

□ **무더위** [무더위] mu-deo-wi n. cái nóng bức

□ **폭염** [포겸] po-gyeom n. nắng gắt

= **불볕더위** [불볃떠위] bul-byeot-ddeo-wi

□ **시원하다** [시원하다] si-won-ha-da a. mát mẻ

□ **서늘하다** [서늘하다] seo-neul-ha-da a. lành lạnh

□ **쌀쌀하다** [쌀쌀하다] ssal-ssal-ha-da a. se lạnh

□ **썰렁하다** [썰렁하다] sseol-reong-ha-da a. se lạnh

□ **춥다** [춥따] chup-dda a. lạnh

□ **추위** [추위] chu-wi n. cái lạnh

□ **꽃샘추위** [꼳쌤추위] ggot-ssaem-chu-wi n. rét nàng Bân

□ **하늘** [하늘] ha-neul **n.** trời

□ **해** [해] hae **n.** mặt trời

= **태양** [태양] tae-yang

□ **햇빛** [해삗/핻삗] hae-bbit/haet-bbit **n.** ánh nắng

= **햇볕** [해뼏/핻뼏] hae-bbyeot/haet-bbyeot

□ **구름** [구름] gu-reum **n.** mây

□ **먹구름** [먹꾸름] meok-ggu-reum **n.** mây đen

□ **흐리다** [흐리다] heu-ri-da **a.** âm u

□ **궂다** [굳따] gut-dda **a.** (thời tiết) khó chịu, xấu

□ **바람** [바람] ba-ram **n.** gió

□ **산들바람** [산들바람] san-deul-ba-ram **n.** gió nhẹ

□ **강풍** [강풍] gang-pung **n.** gió mạnh

= **센바람** [센:바람] sen-ba-ram

□ **가뭄** [가뭄] ga-mum **n.** hạn hán

□ **건조하다** [건조하다] geon-jo-ha-da **a./v.** khô

□ **안개** [안:개] an-gae **n.** sương mù

□ **비** [비] bi **n.** mưa

□ **빗방울** [비빵울/빋빵울] bi-bbang-ul/bit-bbang-ul **n.** giọt mưa

지금 비가 와요.
ji-geum bi-ga wa-yo
Mưa rồi.

□ **강수량** [강:수량] gang-su-ryang **n.** lượng mưa

□ **소나기** [소나기] so-na-gi **n.** mưa rào

□ **이슬비** [이슬비] i-seul-bi **n.** mưa bụi → **tip.** '이슬비' nhẹ hơn '가랑비'.

□ **가랑비** [가랑비] ga-rang-bi **n.** mưa phùn

□ **장마** [장마] jang-ma **n.** mưa dầm → **tip.** '장마' là mưa dai dẳng vào mùa hè.

□ **홍수** [홍수] hong-su **n.** lũ lụt

□ **우산** [우:산] u-san **n.** ô

□ **양산** [양산] yang-san **n.** ô che nắng

비가 올 것 같으니 우산을 가지고 가세요.
bi-ga ol geot ga-teu-ni u-sa-neul ga-ji-go ga-se-yo
Chắc là trời mưa. Bạn mang theo ô nhé.

□ **태풍** [태풍] tae-pung **n.** bão

□ **허리케인** [허리케인] heo-ri-ke-in **n.** bão (gió cấp 8)

□ **폭풍** [폭풍] pok-pung **n.** giông bão

□ **천둥** [천둥] cheon-dung **n.** sấm

□ **벼락** [벼락] byeo-rak **n.** sấm chớp

□ **번개** [번개] beon-gae **n.** tia chớp

□ **이슬** [이슬] i-seul **n.** sương

□ **우박** [우:박] u-bak **n.** mưa đá

□ **서리** [서리] seo-ri **n.** sương giá

□ **동상** [동:상] dong-sang **n.** sự tê cóng

□ **얼음** [어름] eo-reum **n.** đá

□ 공기 [공기] gong-gi n. không khí

= 대기 [대:기] dae-gi

□ 계절 [계:절/게:절] gye-jeol/ge-jeol n. mùa

□ 봄 [봄] bom n. mùa xuân

□ 황사 [황사] hwang-sa n. bão cát vàng

□ 미세먼지 [미세먼지] mi-se-meon-ji bụi mịn

□ 무지개 [무지개] mu-ji-gae n. cầu vồng

□ 씨 [씨] ssi n. hạt

= 씨앗 [씨앋] ssi-at

□ 싹트다 [싹트다] ssak-teu-da v. đâm chồi, nảy mầm

□ 꽃봉오리 [꼳뽕오리] ggot-bbong-o-ri n. nụ hoa

□ 여름 [여름] yeo-reum n. mùa hè

□ 눅눅하다 [눙누카다] nung-nu-ka-da a. ẩm ướt

□ 습하다 [스파다] seu-pa-da a. ẩm ướt

□ 습기 [습끼] seup-ggi n. hơi ẩm

□ 열사병 [열싸뼝] yeol-ssa-bbyeong n. bệnh say nắng

□ 열대야 [열때야] yeol-ddae-ya n. đêm nhiệt đới

tip. '열대야' có nghĩa là nhiệt độ ban đêm vẫn giữ 25 độ trở lên.

□ 가을 [가을] ga-eul n. mùa thu

□ 단풍 [단풍] dan-pung n. lá đỏ

□ 단풍나무 [단풍나무] dan-pung-na-mu n. cây phong

□ 은행나무 [은행나무] eun-haeng-na-mu n. cây ngân hạnh

□ 낙엽 [나겹] na-gyeop n. lá rụng

□ **추수** [추수] chu-su **n.** việc thu hoạch

= **수확** [수확] su-hwak

□ **겨울** [겨울] gyeo-ul **n.** mùa đông

나는 겨울에 추위를 많이 타요.
na-neun gyeo-u-re chu-wi-reul ma-ni ta-yo
Tôi rất dễ bị cảm lạnh vào mùa đông.

□ **눈** [눈:] nun **n.** tuyết

□ **눈송이** [눈:쏭이] nun-ssong-i **n.** hoa tuyết

□ **눈사람** [눈:싸람] nun-ssa-ram **n.** người tuyết

□ **눈싸움** [눈:싸움] nun-ssa-um **n.** trò chơi ném tuyết

□ **온도** [온도] on-do **n.** nhiệt độ

= **기온** [기온] gi-on

오늘 몇 도예요?
o-neul myeot do-ye-yo?
Hôm nay bao nhiêu độ?

□ **섭씨** [섭씨] seop-ssi **n.** độ C

□ **화씨** [화씨] hwa-ssi **n.** độ F

□ **영상** [영상] yeong-sang **n.** trên không độ C

□ **영하** [영하] yeong-ha **n.** độ âm, dưới không độ C

□ **기후** [기후] gi-hu **n.** khí hậu

□ **기압** [기압] gi-ap **n.** áp suất khí quyển

□ **고기압** [고기압] go-gi-ap **n.** khí áp cao

□ **저기압** [저:기압] jeo-gi-ap **n.** khí áp thấp

□ **지구온난화** [지구온난화] ji-gu-on-nan-hwa hiện tượng ấm lên toàn cầu

지구온난화 때문에, 날씨가 더워지고 있어요.
ji-gu-on-nan-hwa ddae-mu-ne, nal-ssi-ga deo-wo-ji-go i-sseo-yo
Do hiện tượng ấm lên toàn cầu, thời tiết ngày càng nóng.

□ **자외선** [자:외선/자:웨선] ja-oe-seon/ja-we-seon n. tia tử ngoại

□ **적외선** [저괴선/저궤선] jeo-goe-seon/jeo-gwe-seon n. tia hồng ngoại

08. 열대야

Hội thoại hữu ích 회화

최지훈 더위 때문에 지난밤에 한숨도 못 잤어.
deo-wi ddae-mu-ne ji-nan-ba-me han-sum-do mot ja-sseo
Trời nóng làm mình cả đêm không ngủ được.

이준서 나도 그래. 더워서 죽을 것 같아.
na-do geu-rae. deo-wo-seo ju-geul geot ga-ta
Mình cũng thế. Nóng chết mất.

최지훈 더위가 언제 끝날까?
deo-wi-ga eon-je ggeun-nal-gga?
Khi nào thì hết nóng nhỉ?

이준서 나도 알고 싶어.
na-do al-go si-peo
Mình cũng muốn biết.

Động vật & Thực vật 동물 & 식물 dong-mul & sing-mul

□ 동물 [동:물] dong-mul
n. động vật

□ 반려동물 [발:려동물] bal-ryeo-dong-mul
n. thú cưng

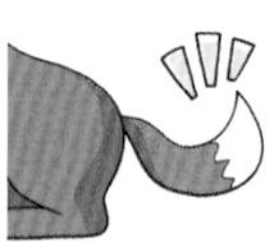

□ 꼬리 [꼬리] ggo-ri
n. đuôi

□ 발 [발] bal
n. chân

□ 물다 [물다] mul-da
v. cắn

□ (개가) 짖다 [짇따] jit-dda
v. (chó) sủa

□ 개 [개:] gae
n. chó

□ 고양이 [고양이] go-yang-i
n. mèo

□ 소 [소] so
n. bò

□ 염소 [염소] yeom-so
n. dê

□ 돼지 [돼:지] dwae-ji
n. lợn

□ 토끼 [토끼] to-ggi
n. thỏ

□ 양 [양] yang
n. cừu

□ 말 [말] mal
n. ngựa

□ 얼룩말 [얼룽말] eol-rung-mal
n. ngựa vằn

□ 사자 [사자] sa-ja

n. sư tử

□ 호랑이 [호:랑이] ho-rang-i

n. hổ

□ 곰 [곰:] gom

n. gấu

□ 여우 [여우] yeo-u

n. cáo

□ 늑대 [늑때] neuk-ddae

n. sói

□ 원숭이 [원:숭이] won-sung-i

n. khỉ

□ 코끼리 [코끼리] ko-ggi-ri

n. voi

□ 기린 [기린] gi-rin

n. hươu cao cổ

□ 하마 [하마] ha-ma

n. hà mã

□ 사슴 [사슴] sa-seum

n. hươu

□ 너구리 [너구리] neo-gu-ri

n. lửng chó

□ 다람쥐 [다람쥐] da-ram-jwi

n. sóc

□ 쥐 [쥐] jwi

n. chuột

□ 박쥐 [박:쮜] bak-jjwi

n. dơi

□ 고래 [고래] go-rae

n. cá voi

□ 새 [새:] sae

n. chim

□ 날개 [날개] nal-gae

n. cánh

□ 부리 [부리] bu-ri

n. mỏ

□ 닭 [닥] dak

n. gà

□ 오리 [오:리] o-ri

n. vịt

□ 참새 [참새] cham-sae

n. chim sẻ

□ 비둘기 [비둘기]

bi-dul-gi

n. bồ câu

□ 까마귀 [까마귀]

gga-ma-gwi

n. quạ

□ 독수리 [독쑤리]

dok-ssu-ri

n. đại bàng

□ 갈매기 [갈매기]

gal-mae-gi

n. hải âu

□ 제비 [제:비] je-bi

n. én

□ 칠면조 [칠면조]

chil-myeon-jo

n. gà tây

□ 타조 [타:조] ta-jo

n. đà điểu

□ 올빼미 [올빼미]

ol-bbae-mi

n. cú

□ 펭귄 [펭귄]

peng-gwin

n. chim cánh cụt

□ 물고기 [물꼬기]
mul-ggo-gi
n. cá

□ 아가미 [아가미]
a-ga-mi
n. mang cá

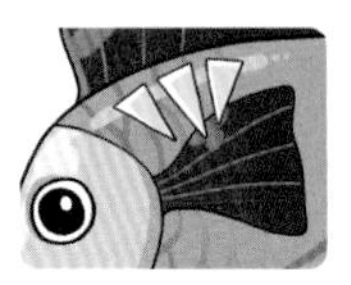

□ 지느러미 [지느러미]
ji-neu-reo-mi
n. vây cá

□ 열대어 [열때어]
yeol-ddae-eo
n. cá nhiệt đới

□ 금붕어 [금붕어]
geum-bung-eo
n. cá vàng

□ 어항 [어항] eo-hang
n. bể cá

□ 상어 [상어] sang-eo
n. cá mập

□ 문어 [무너] mu-neo
n. bạch tuộc

□ 오징어 [오징어] o-jing-eo
n. mực

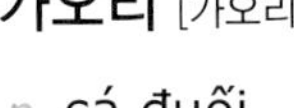

□ 가오리 [가오리] ga-o-ri
n. cá đuối

□ 거북 [거북] geo-buk
n. rùa

□ 악어 [아거] a-geo
n. cá sấu

□ 용 [용] yong
n. rồng

□ 뱀 [뱀:] baem
n. rắn

□ 개구리 [개구리] gae-gu-ri
n. ếch

□ **곤충** [곤충] gon-chung
n. côn trùng

□ **벌** [벌:] beol n. ong

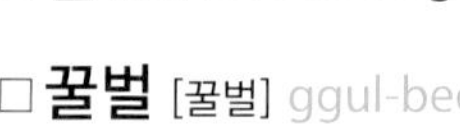

□ **꿀벌** [꿀벌] ggul-beol
n. ong mật

□ **나비** [나비] na-bi
n. bướm

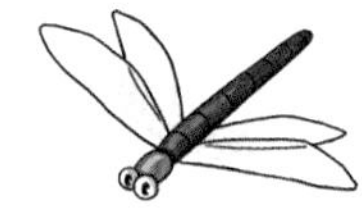

□ **잠자리** [잠자리] jam-ja-ri
n. chuồn chuồn

□ **개미** [개:미] gae-mi
n. kiến

□ **파리** [파:리] pa-ri
n. ruồi

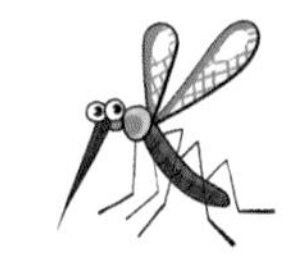

□ **모기** [모:기] mo-gi
n. muỗi

□ **바퀴벌레** [바퀴벌레] ba-kwi-beol-re
n. gián

□ **거미** [거미] geo-mi
n. nhện

□ **식물** [싱물] sing-mul
n. thực vật

□ **심다** [심:따] sim-dda
v. trồng

□ **나무** [나무] na-mu
n. cây

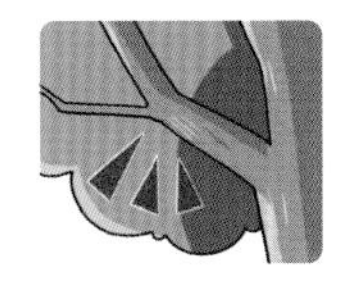

□ **가지** [가지] ga-ji

n. cành

□ **잎** [입] ip

n. lá

□ **뿌리** [뿌리] bbu-ri

n. rễ

□ **풀** [풀] pul n. cỏ

□ **잔디** [잔디] jan-di n. cỏ

□ **꽃** [꼳] ggot

n. hoa

□ **피다** [피다] pi-da

v. nở

□ **열매** [열매] yeol-mae

n. quả

□ **장미** [장미] jang-mi

n. hoa hồng

□ **무궁화** [무궁화]

mu-gung-hwa

n. hoa hồng Sharon

□ **해바라기** [해바라기]

hae-ba-ra-gi

n. hoa hướng dương

□ **벚꽃** [벋꼳]

beot-ggot

n. hoa anh đào

□ **난** [난] nan

= **난초** [난초] nan-cho

n. hoa lan

□ **동물** [동:물] dong-mul n. động vật

□ **반려동물** [발:려동물] bal-ryeo-dong-mul n. thú cưng

tip. Trước đây, người Hàn Quốc thường sử dụng '애완동물 [애:완동물 ae-wan-dong-mul]' để nói về thú cưng. Nhưng dạy này '반려동물' đã được thay thế cho '애완동물'.

□ **사육하다** [사유카다] sa-yu-ka-da v. nuôi

= **기르다** [기르다] gi-reu-da

□ **털** [털] teol n. lông

□ **모피** [모피] mo-pi n. da lông vũ

□ **털가죽** [털가죽] teol-ga-juk n. da lông vũ

□ **꼬리** [꼬리] ggo-ri n. đuôi

□ **갈기** [갈:기] gal-gi n. bờm

□ **발** [발] bal n. chân

□ **발톱** [발톱] bal-top n. vuốt

□ **할퀴다** [할퀴다] hal-kwi-da v. cào

□ **물다** [물다] mul-da v. cắn

= **깨물다** [깨물다] ggae-mul-da

□ (개가) **짖다** [짇따] jit-dda v. (chó) sủa

□ **으르렁거리다** [으르렁거리다] eu-reu-reong-geo-ri-da v. gầm gừ

□ **개** [개:] gae n. chó

□ **강아지** [강아지] gang-a-ji n. cún

tip. Có lúc ông bà gọi cháu là '강아지'. Đây là cách để biểu thị tình yêu thương của ông bà dành cho cháu.

□ **멍멍** [멍멍] meong-meong ad. gâu gâu

강아지에게 '토리'라고 이름을 지어 주었어요.
gang-a-ji-e-ge 'to-ri'-ra-go i-reu-meul ji-eo ju-eo-sseo-yo
Tôi đặt tên cho chú cún của tôi là 'Tori'.

□ **고양이** [고양이] go-yang-i n. mèo

□ **야옹야옹** [야옹냐옹] ya-ong-nya-ong ad. meo meo

□ **소** [소] so n. bò

□ **송아지** [송아지] song-a-ji n. con bê

tip. Nếu một loài động vật nào đó không có danh từ riêng để chỉ con của nó thì chỉ cần thêm '새끼 [sae-ggi]' vào phía trước. Ví dụ, '새끼 고양이 [sae-ggi go-yang-i]' là mèo con.

□ **황소** [황소] hwang-so n. bò đực

□ **암소** [암소] am-so n. bò cái

□ **젖소** [젇쏘] jeot-sso n. bò sữa

□ **한우** [하:누] ha-nu n. bò Hàn Quốc

□ **염소** [염소] yeom-so n. dê

□ **돼지** [돼:지] dwae-ji n. lợn

□ **토끼** [토끼] to-ggi n. thỏ

□ **양** [양] yang n. cừu

□ **말** [말] mal n. ngựa

□ **망아지** [망아지] mang-a-ji n. ngựa con

□ **조랑말** [조랑말] jo-rang-mal n. ngựa nhỏ

□ **얼룩말** [얼룽말] eol-rung-mal n. ngựa vằn

□ **사자** [사자] sa-ja n. sư tử

□ **호랑이** [호:랑이] ho-rang-i n. hổ

□ **곰** [곰:] gom n. gấu

□ **여우** [여우] yeo-u n. cáo

□ **늑대** [늑때] neuk-ddae n. sói

= **이리** [이리] i-ri

□ **원숭이** [원:숭이] won-sung-i n. khỉ

□ **침팬지** [침팬지] chim-paen-ji **n.** tinh tinh

□ **고릴라** [고릴라] go-ril-ra **n.** khỉ đột

□ **오랑우탄** [오랑우탄] o-rang-u-tan **n.** đười ươi

□ **코끼리** [코끼리] ko-ggi-ri **n.** voi

□ **기린** [기린] gi-rin **n.** hươu cao cổ

□ **하마** [하마] ha-ma **n.** hà mã

□ **사슴** [사슴] sa-seum **n.** hươu

□ **꽃사슴** [꼳싸슴] ggot-ssa-seum **n.** hươu sao

□ **순록** [술록] sul-rok **n.** tuần lộc

□ **코뿔소** [코뿔쏘] ko-bbul-sso **n.** tê giác

□ **너구리** [너구리] neo-gu-ri **n.** lửng chó

□ **두더지** [두더지] du-deo-ji **n.** chuột chũi

□ **쥐** [쥐] jwi **n.** chuột

□ **생쥐** [생:쥐] saeng-jwi **n.** chuột nhắt

□ **햄스터** [햄스터] haem-seu-teo **n.** chuột hamster

내 햄스터는 양배추를 즐겨 먹어요.
nae haem-seu-teo-neun yang-bae-chu-reul jeul-gyeo meo-geo-yo
Chuột hamster của tôi thích ăn bắp cải.

□ **다람쥐** [다람쥐] da-ram-jwi **n.** sóc

□ **박쥐** [박:쮜] bak-jjwi **n.** dơi

□ **고래** [고래] go-rae **n.** cá voi

□ **돌고래** [돌고래] dol-go-rae **n.** cá heo

☐ 새 [새:] sae n. chim

☐ 날개 [날개] nal-gae n. cánh

☐ 깃털 [긷털] git-teol n. lông vũ

☐ 부리 [부리] bu-ri n. mỏ

☐ 날다 [날다] nal-da v. bay

☐ 알 [알] al n. trứng

☐ (알을) 품다 [품:따] pum-dda v. ấp (trứng)

☐ 둥지 [둥지] dung-ji n. tổ chim

= 보금자리 [보금자리] bo-geum-ja-ri

☐ 닭 [닥] dak n. gà

☐ 암탉 [암탁] am-tak n. gà mái

☐ 수탉 [수탁] su-tak n. gà trống

☐ 병아리 [병아리] byeong-a-ri n. gà con

☐ 오리 [오:리] o-ri n. vịt

☐ 거위 [거위] geo-wi n. ngỗng

☐ 참새 [참새] cham-sae n. chim sẻ

☐ 비둘기 [비둘기] bi-dul-gi n. bồ câu

☐ 까마귀 [까마귀] gga-ma-gwi n. quạ

☐ 독수리 [독쑤리] dok-ssu-ri n. đại bàng

☐ 매 [매:] mae n. diều hâu

☐ 갈매기 [갈매기] gal-mae-gi n. hải âu

☐ 제비 [제:비] je-bi n. én

□ **칠면조** [칠면조] chil-myeon-jo **n.** gà tây

□ **공작** [공:작] gong-jak **n.** công

□ **타조** [타:조] ta-jo **n.** đà điểu

□ **부엉이** [부엉이] bu-eong-i **n.** cú

□ **올빼미** [올빼미] ol-bbae-mi **n.** cú

tip. Trong tiếng Việt, '부엉이' và '올빼미' đều gọi là 'cú'. Nhưng không giống nhau.

□ **펭귄** [펭귄] peng-gwin **n.** chim cánh cụt

□ **물고기** [물꼬기] mul-ggo-gi **n.** cá

- □ **아가미** [아가미] a-ga-mi **n.** mang cá
- □ **지느러미** [지느러미] ji-neu-reo-mi **n.** vây cá
- □ **비늘** [비늘] bi-neul **n.** vảy cá
- □ **헤엄치다** [헤엄치다] he-eom-chi-da **v.** bơi

□ **열대어** [열때어] yeol-ddae-eo **n.** cá nhiệt đới

- □ **금붕어** [금붕어] geum-bung-eo **n.** cá vàng
- □ **어항** [어항] eo-hang **n.** bể cá

□ **상어** [상어] sang-eo **n.** cá mập

□ **문어** [무너] mu-neo **n.** bạch tuộc

□ **오징어** [오징어] o-jing-eo **n.** mực

□ **가오리** [가오리] ga-o-ri **n.** cá đuối

□ **뱀장어** [뱀:장어] baem-jang-eo **n.** cá chình

= **장어** [장어] jang-eo

- □ 거북 [거북] geo-buk n. rùa
- □ 악어 [아거] a-geo n. cá sấu
- □ 용 [용] yong n. rồng
- □ 뱀 [뱀:] baem n. rắn
- □ 도마뱀 [도마뱀] do-ma-baem n. thằn lằn
- □ 개구리 [개구리] gae-gu-ri n. ếch
  - □ 올챙이 [올챙이] ol-chaeng-i n. nòng nọc
- □ 곤충 [곤충] gon-chung n. côn trùng
  - □ 벌레 [벌레] beol-re n. sâu bọ
  - □ 더듬이 [더드미] deo-deu-mi n. râu
- □ 벌 [벌:] beol n. ong
  - □ 꿀벌 [꿀벌] ggul-beol n. ong mật
  - □ 말벌 [말벌] mal-beol n. ong bắp cày
- □ 나비 [나비] na-bi n. bướm
- □ 잠자리 [잠자리] jam-ja-ri n. chuồn chuồn
- □ 개미 [개:미] gae-mi n. kiến
- □ 파리 [파:리] pa-ri n. ruồi
- □ 모기 [모:기] mo-gi n. muỗi
- □ 바퀴벌레 [바퀴벌레] ba-kwi-beol-re n. gián
- □ 딱정벌레 [딱쩡벌레] ddak-jjeong-beol-re n. bọ cánh cứng
- □ 거미 [거미] geo-mi n. nhện

□ 식물 [싱물] sing-mul n. thực vật

□ 심다 [심:따] sim-dda v. trồng

□ 가지 [가지] ga-ji n. cành

tip. '가지' có hai ý nghĩa: cành và cà tím.

□ 줄기 [줄기] jul-gi n. thân cây

□ 잎 [입] ip n. lá

□ 뿌리 [뿌리] bbu-ri n. rễ

□ 나무 [나무] na-mu n. cây

□ 풀 [풀] pul n. cỏ

□ 잔디 [잔디] jan-di n. cỏ

□ 잡초 [잡초] jap-cho n. cỏ dại

□ 꽃 [꼳] ggot n. hoa

□ 꽃잎 [꼰닙] ggon-nip n. cánh hoa

□ 피다 [피다] pi-da v. nở

□ 열매 [열매] yeol-mae n. quả

□ 맺다 [맫따] maet-dda v. ra (quả)

□ 장미 [장미] jang-mi n. hoa hồng

□ 무궁화 [무궁화] mu-gung-hwa n. hoa hồng Sharon

tip. '무궁화' là quốc hoa của Hàn Quốc.

□ 튤립 [튤립] tyul-rip n. hoa tulip

□ 해바라기 [해바라기] hae-ba-ra-gi n. hoa hướng dương

□ 민들레 [민들레] min-deul-re n. hoa bồ công anh

□ 백합 [배캅] bae-kap n. hoa loa kèn

□ 데이지 [데이지] de-i-ji n. hoa cúc

□ **붓꽃** [붇꼳] but-ggot n. hoa diên vĩ

□ **벚꽃** [벋꼳] beot-ggot n. hoa anh đào

□ **수선화** [수선화] su-seon-hwa n. hoa thủy tiên

□ **난** [난] nan n. hoa lan

= **난초** [난초] nan-cho

□ **나팔꽃** [나팔꼳] na-pal-ggot n. hoa bìm bìm

□ **개나리** [개:나리] gae-na-ri n. hoa mai Mỹ

□ **진달래** [진달래] jin-dal-rae n. hoa đỗ quyên

09. 반려동물

Hội thoại hữu ích 실전 회화

김미나 반려동물 있니?
bal-reo-dong-mul in-ni?
Cậu có nuôi thú cưng không?

송하영 응, 개를 키운 지 3년 됐어.
eung, gae-reul ki-un ji sam-nyeon dwae-sseo
Có, mình nuôi chó được 3 năm rồi.

김미나 집에서 개 키우는 게 힘들어?
ji-be-seo gae ki-u-neun ge him-deu-reo?
Nuôi chó trong nhà có vất vả không?

송하영 아니야, 우리 개는 교육이 잘 되어 있지.
햄스터 두 마리도 기르고 있어.
a-ni-ya, u-ri gae-neun gyo-yu-gi jal doe-eo i-jji.
haem-seu-teo du ma-ri-do gi-reu-go i-sseo
Không. Chó nhà mình được dạy rất tốt.
Mình còn nuôi hai con chuột hamster nữa.

Luyện tập

Đọc và nối.

1. 개 •	• cây
2. 계절 •	• chó
3. 구름 •	• động vật
4. 꽃 •	• hoa
5. 나무 •	• mặt trời
6. 날씨 •	• mây
7. 날짜 •	• mùa
8. 동물 •	• ngày tháng
9. 시간 •	• thời gian
10. 식물 •	• thời tiết
11. 하늘 •	• thực vật
12. 해, 태양 •	• trời

1. 개 – chó 2. 계절 – mùa 3. 구름 – mây 4. 꽃 – hoa
5. 나무 – cây 6. 날씨 – thời tiết 7. 날짜 – ngày tháng 8. 동물 – động vật
9. 시간 – thời gian 10. 식물 – thực vật 11. 하늘 – trời 12. 해, 태양 – mặt trời

4장

Sinh hoạt thường ngày

Nhà cửa 집 jip

□ **집** [집] jip
n. nhà

□ **가정** [가정] ga-jeong
n. nhà, gia đình

□ **방** [방] bang
n. phòng

□ **침실** [침:실] chim-sil
n. phòng ngủ

□ **서재** [서재] seo-jae
n. phòng đọc sách

□ **거실** [거실] geo-sil
n. phòng khách

□ **부엌** [부억] bu-eok
= **주방** [주방] ju-bang
n. phòng bếp

□ **욕실** [욕씰] yok-ssil
n. phòng tắm

□ **화장실** [화장실]
hwa-jang-sil
n. nhà vệ sinh

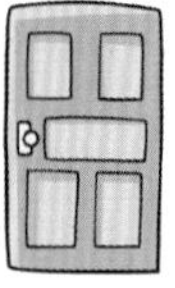

□ **문** [문] mun
n. cửa

□ **창문** [창문] chang-mun
n. cửa sổ

□ **마당** [마당] ma-dang
n. sân

□ **정원** [정원] jeong-won
n. vườn

□ **현관** [현관] hyeon-gwan
n. huyền quan

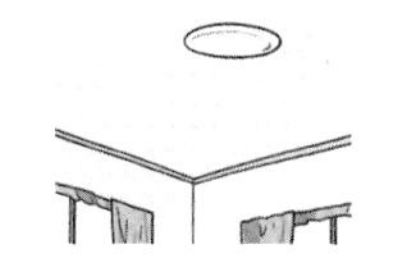

□ **천장** [천장] cheon-jang

n. trần

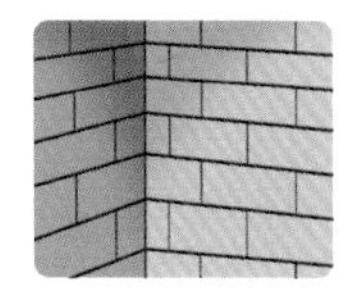

□ **벽** [벽] byeok

n. tường

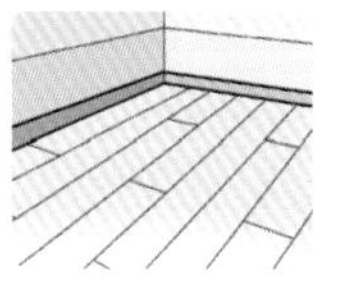

□ **바닥** [바닥] ba-dak

= **마루** [마루] ma-ru

n. sàn

□ **다락** [다락] da-rak

n. gác mái

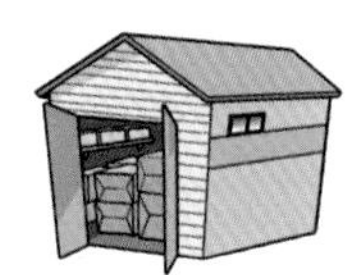

□ **창고** [창고] chang-go

n. nhà kho

□ **지하실** [지하실] ji-ha-sil

n. tầng hầm

□ **차고** [차고] cha-go

n. nhà để xe

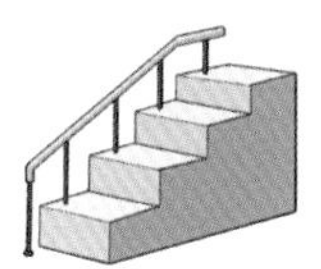

□ **계단** [계단/게단]

gye-dan/ge-dan

n. cầu thang

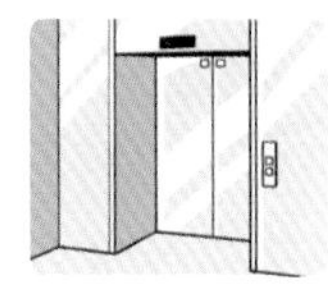

□ **엘리베이터** [엘리베이터]

el-ri-be-i-teo

n. thang máy

□ **가구** [가구] ga-gu

n. đồ đạc

□ **침대** [침:대] chim-dae

n. giường

□ **옷장** [옫짱] ot-jjang

n. tủ quần áo

□ **의자** [의자] ui-ja

n. ghế

□ **소파** [소파] so-pa

n. sô pha

□ **탁자** [탁짜] tak-jja

n. bàn

□ **텔레비전** [텔레비전]

tel-re-bi-jeon

n. ti vi

□ **책상** [책쌍]

chaek-ssang

n. bàn học

□ **책장** [책짱]

chaek-jjang

n. tủ sách

□ **전기 레인지** [전기 레인지]

jeon-gi re-in-ji

bếp điện từ

□ **전자레인지** [전자레인지]

jeon-ja-re-in-ji

n. lò vi sóng

□ **오븐** [오븐] o-beun

n. lò nướng

□ **냉장고** [냉:장고]

naeng-jang-go

n. tủ lạnh

□ **믹서** [믹써]

mik-sseo

n. máy xay sinh tố

□ **토스터** [토스터]

to-seu-teo

n. máy nướng bánh mì

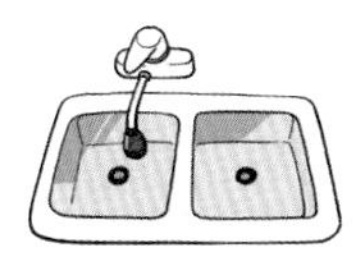

□ **싱크대** [싱크대]
sing-keu-dae
n. bồn rửa bát

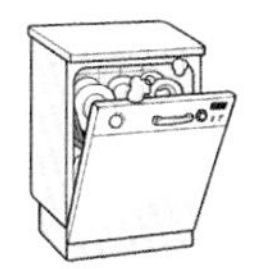

□ **식기세척기** [식끼세척끼]
sik-ggi-se-cheok-ggi
n. máy rửa bát

□ **세면대** [세:면대]
se-myeon-dae
n. bồn rửa mặt

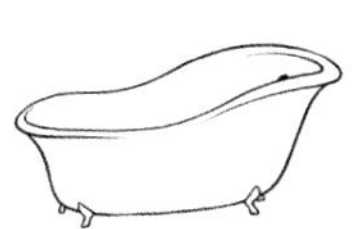

□ **욕조** [욕쪼]
yok-jjo
n. bồn tắm

□ **샤워기** [샤워기]
sya-wo-gi
n. vòi hoa sen

□ **수도꼭지** [수도꼭찌]
su-do-ggok-jji
n. vòi nước

□ **변기** [변기]
byeon-gi
n. bồn cầu

□ **쓰레기통** [쓰레기통] sseu-re-gi-tong
= **휴지통** [휴지통] hyu-ji-tong
n. thùng rác

□ **청소** [청소]
cheong-so
n. việc dọn dẹp

□ **청소기** [청소기]
cheong-so-gi
n. máy hút bụi

□ **세탁기** [세:탁끼]
se-tak-ggi
n. máy giặt

□ **집** [집] jip n. nhà

  □ **가정** [가정] ga-jeong n. nhà, gia đình

  집 청소하는 것 좀 도와줘요.
  jip cheong-so-ha-neun geot jom do-wa-jwo-yo
  Dọn nhà giúp tôi nhé.

□ **방** [방] bang n. phòng

  □ **안방** [안빵] an-bbang n. phòng lớn

  □ **작은방** [자근방] ja-geun-bang n. phòng nhỏ

  □ **침실** [침:실] chim-sil n. phòng ngủ

□ **서재** [서재] seo-jae n. phòng đọc sách

□ **거실** [거실] geo-sil n. phòng khách

□ **부엌** [부억] bu-eok n. phòng bếp

  = **주방** [주방] ju-bang

□ **식당** [식땅] sik-ddang n. phòng ăn

□ **욕실** [욕씰] yok-ssil n. phòng tắm

  □ **화장실** [화장실] hwa-jang-sil n. nhà vệ sinh

  화장실이 어디죠?
  hwa-jang-si-ri eo-di-jyo?
  Nhà vệ sinh ở đâu?

□ **문** [문] mun n. cửa

  □ **열다** [열:다] yeol-da v. mở

  □ **닫다** [닫따] dat-dda v. đóng

  문을 열어 주세요.
  mu-neul yeo-reo ju-se-yo
  Mở cửa giúp tôi.

□ **창문** [창문] chang-mun **n.** cửa sổ

□ **커튼** [커튼] keo-teun **n.** rèm cửa

□ **발코니** [발코니] bal-ko-ni **n.** ban công

□ **베란다** [베란다] be-ran-da **n.** ban công

□ **마당** [마당] ma-dang **n.** sân

□ **정원** [정원] jeong-won **n.** vườn

= **뜰** [뜰] ddeul

□ **텃밭** [터빧/텃빧] teo-bbat/tteot-bbat **n.** vườn rau

□ **울타리** [울타리] ul-ta-ri **n.** hàng rào

□ **현관** [현관] hyeon-gwan **n.** huyền quan

tip. Huyền quan là khoảng cách giữa cửa chính và phòng khách.

□ **초인종** [초인종] cho-in-jong **n.** chuông

□ **열쇠** [열:쐬/열:쒜] yeol-ssoe/yeol-sswe **n.** chìa khóa

□ **자물쇠** [자물쐬/자물쒜] ja-mul-ssoe/ja-mul-sswe **n.** ổ khóa

내 열쇠가 어디 있어요?
nae yeol-ssoe-ga eo-di i-sseo-yo?
Chìa khóa của tôi ở đâu?

□ **천장** [천장] cheon-jang **n.** trần

□ **벽** [벽] byeok **n.** tường

□ **바닥** [바닥] ba-dak **n.** sàn

= **마루** [마루] ma-ru

□ **온돌** [온돌] on-dol **n.** hệ thống sưởi ấm sàn của Hàn Quốc

□ **다락** [다락] da-rak **n.** gác mái

□ **창고** [창고] chang-go n. nhà kho

□ **지하실** [지하실] ji-ha-sil n. tầng hầm

□ **차고** [차고] cha-go n. nhà để xe

□ **주차장** [주:차장] ju-cha-jang n. bãi đỗ xe

□ **층** [층] cheung n. tầng

□ **계단** [계단/게단] gye-dan/ge-dan n. cầu thang

□ **엘리베이터** [엘리베이터] el-ri-be-i-teo n. thang máy

= **승강기** [승강기] seung-gang-gi

□ **지붕** [지붕] ji-bung n. mái nhà

□ **굴뚝** [굴:뚝] gul-dduk n. ống khói

□ **가구** [가구] ga-gu n. đồ đạc

□ **침대** [침:대] chim-dae n. giường

□ **옷장** [옫짱] ot-jjang n. tủ quần áo

□ **벽장** [벽짱] byeok-jjang n. tủ âm tường

□ **붙박이장** [붇빠기장] but-bba-gi-jang n. tủ âm tường

□ **옷걸이** [옫꺼리] ot-ggeo-ri n. móc áo

□ **서랍장** [서랍짱] seo-rap-jjang n. tủ ngăn kéo

□ **서랍** [서랍] seo-rap n. ngăn kéo

□ **의자** [의자] ui-ja n. ghế

□ **안락의자** [알라긔자/알라기자] al-ra-gui-ja/al-ra-gi-ja n. ghế thư giãn

□ **흔들의자** [흔드릐자/흔드리자] heun-deu-rui-ja/heun-deu-ri-ja n. ghế bập bênh

□ **소파** [소파] so-pa n. sô pha

소파에 앉으세요.
so-pa-e an-jeu-se-yo
Mời anh ngồi ở sô pha.

□ **탁자** [탁짜] tak-jja n. bàn

= **테이블** [테이블] te-i-beul

□ **식탁** [식탁] sik-tak n. bàn ăn

□ **화장대** [화장대] hwa-jang-dae n. bàn trang điểm

□ **거울** [거울] geo-ul n. gương

□ **전등** [전:등] jeon-deung n. đèn

□ **텔레비전** [텔레비전] tel-re-bi-jeon n. ti vi

= **티브이** [티브이] ti-beu-i

이제 티브이를 꺼요.
i-je ti-beu-i-reul ggeo-yo
Tắt ti vi đi.

□ **책상** [책쌍] chaek-ssang n. bàn học

□ **책장** [책짱] chaek-jjang n. tủ sách

□ **책꽂이** [책꼬지] chaek-ggo-ji n. kệ sách

□ **장식장** [장식짱] jang-sik-jjang n. tủ trang trí

□ **진열장** [지:녈짱] ji-nyeol-jjang n. tủ trưng bày

□ **선반** [선반] seon-ban n. kệ, giá

□ **전기 레인지** [전기 레인지] jeon-gi re-in-ji bếp điện từ

□ **가스레인지** [가스레인지] ga-seu-re-in-ji n. bếp ga

□ **전자레인지** [전자레인지] jeon-ja-re-in-ji n. lò vi sóng

□ **오븐** [오븐] o-beun **n.** lò nướng

□ **냉장고** [냉:장고] naeng-jang-go **n.** tủ lạnh

□ **김치냉장고** [김치냉:장고] gim-chi-naeng-jang-go **n.** tủ lạnh kim chi

tip. Có nhiều quy tắc cho việc phiên âm tiếng nước ngoài, trong đó có cách viết liền hoặc viết cách các âm tiết. Nhưng "kim chi" thì người ta thường viết cách. Trong sách này, tên các món ăn nước ngoài được viết liền, trừ kim chi.

□ **냉동고** [냉:동고] naeng-dong-go **n.** tủ đông

□ **믹서** [믹써] mik-sseo **n.** máy xay sinh tố

□ **토스터** [토스터] to-seu-teo **n.** máy nướng bánh mì

□ **싱크대** [싱크대] sing-keu-dae **n.** bồn rửa bát

= **개수대** [개수대] gae-su-dae

□ **수세미** [수세미] su-se-mi **n.** giẻ rửa bát

□ **행주** [행주] haeng-ju **n.** khăn lau chén đĩa

□ **식기세척기** [식끼세척끼] sik-ggi-se-cheok-ggi **n.** máy rửa bát

□ **욕조** [욕쪼] yok-jjo **n.** bồn tắm

□ **샤워기** [샤워기] sya-wo-gi **n.** vòi hoa sen

□ **세면대** [세:면대] se-myeon-dae **n.** bồn rửa mặt

□ **수도꼭지** [수도꼭찌] su-do-ggok-jji **n.** vòi nước

□ **변기** [변기] byeon-gi **n.** bồn cầu

□ **쓰레기통** [쓰레기통] sseu-re-gi-tong **n.** thùng rác

= **휴지통** [휴지통] hyu-ji-tong

□ **청소** [청소] cheong-so **n.** việc dọn dẹp

□ **청소기** [청소기] cheong-so-gi **n.** máy hút bụi

□ **빗자루** [비짜루/빋짜루] bi-jja-ru/bit-jja-ru **n.** chổi

= **비** [비] bi

□ **쓰레받기** [쓰레받끼] sseu-re-bat-ggi n. ky hốt rác

□ **걸레** [걸레] geol-re n. giẻ lau

  □ **걸레질** [걸레질] geol-re-jil n. việc lau chùi

□ **빨래** [빨래] bbal-rae n. việc giặt quần áo

  = **세탁** [세:탁] se-tak

  □ **세탁기** [세:탁끼] se-tak-ggi n. máy giặt

□ **의류 건조기** [의류 건조기] ui-ryu geon-jo-gi máy sấy quần áo

□ **공기청정기** [공기청정기] gong-gi-cheong-jeong-gi máy lọc không khí

Hội thoại hữu ích 회화

김미나 준서야, 설거지 좀 해 줄 수 있어?
jun-seo-ya, seol-geo-ji jom hae jul ssu i-sseo?
Junseo ơi, bạn có thể rửa bát giúp tôi không?

이준서 싫은데! 오늘 내가 방 전체랑 화장실 청소했다고.
si-reun-de! o-neul nae-ga bang jeon-che-rang hwa-jang-sil cheong-so-haet-dda-go
Không được! Hôm nay tôi đã dọn các phòng và phòng vệ sinh rồi.

김미나 그런데, 내가 지금 나가야 되거든.
geu-reon-de, nae-ga ji-geum na-ga-ya doe-geo-deun
Tôi biết nhưng bây giờ tôi phải đi ra ngoài.

이준서 알겠어, 하지만 이번 한 번뿐이야.
al-ge-sseo, ha-ji-man i-beon han beon-bbu-ni-ya
Thôi được rồi. Nhưng mà chỉ lần này thôi đấy.

Quần áo 옷 ot

☐ 옷 [옫] ot
n. quần áo

☐ 입다 [입따] ip-dda
v. mặc

☐ 쓰다 [쓰다] sseu-da
v. đeo, đội

☐ 한복 [한:복] han-bok
n. Hanbok, trang phục truyền thống của Hàn Quốc

☐ 양복 [양복] yang-bok
n. com lê

☐ 바지 [바지] ba-ji
n. quần

☐ 반바지 [반:바지] ban-ba-ji
n. quần soóc, quần đùi

☐ 청바지 [청바지] cheong-ba-ji
n. quần jean

☐ 치마 [치마] chi-ma
n. váy

☐ 셔츠 [셔츠] syeo-cheu
n. áo sơ mi

☐ 와이셔츠 [와이셔츠] wa-i-syeo-cheu
n. áo sơ mi

☐ 티셔츠 [티셔츠] ti-syeo-cheu
n. áo phông

□ **블라우스** [블라우스]
beul-ra-u-seu
n. áo sơ mi nữ

□ **스웨터** [스웨터]
seu-we-teo
n. áo len

□ **카디건** [카디건]
ka-di-geon
n. áo khoác len

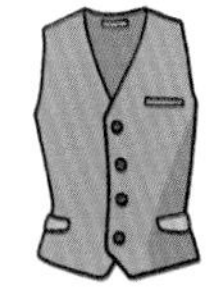

□ **조끼** [조끼] jo-ggi
n. áo gi-lê

□ **재킷** [재킫] jae-kit
n. áo vest

□ **점퍼** [점퍼] jeom-peo
n. áo khoác

□ **패딩 점퍼** [패딩 점퍼]
pae-ding jeom-peo
áo phao

□ **외투** [외:투/웨:투]
oe-tu/we-tu
n. áo khoác dạ

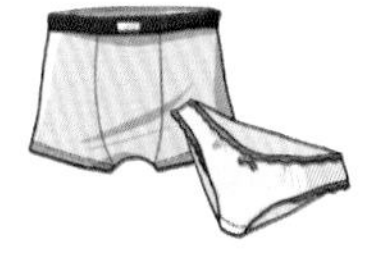

□ **속옷** [소:곧]
so-got
n. đồ lót

□ **잠옷** [자몯]
ja-mot
n. đồ ngủ

□ **비옷** [비옫]
bi-ot
n. áo mưa

□ **운동복** [운:동복]
un-dong-bok
n. quần áo thể thao

□ 목도리 [목또리]

mok-ddo-ri

n. khăn choàng

□ 스카프 [스카프]

seu-ka-peu

n. khăn quàng cổ

□ 숄 [숄]

syol

n. khăn trùm vai

□ 멜빵 [멜:빵]

mel-bbang

n. dây đeo quần

□ 허리띠 [허리띠]

heo-ri-ddi

n. dây lưng, thắt lưng

□ 장갑 [장:갑]

jang-gap

n. găng tay

□ 모자 [모자] mo-ja

n. mũ

□ 넥타이 [넥타이] nek-ta-i

n. cà vạt

□ 양말 [양말] yang-mal

n. vớ, tất

□ 신발 [신발]

sin-bal

n. giày dép

□ 구두 [구두]

gu-du

n. giày công sở

□ 운동화 [운:동화]

un-dong-hwa

n. giày thể thao

□ **부츠** [부츠]
bu-cheu
n. giày bốt

□ **샌들** [샌들]
saen-deul
n. xăng đan

□ **슬리퍼** [슬리퍼]
seul-ri-peo
n. dép lê

□ **실내화** [실래화]
sil-rae-hwa
n. dép trong nhà

□ **안경** [안:경]
an-gyeong
n. kính

□ **가방** [가방]
ga-bang
n. túi

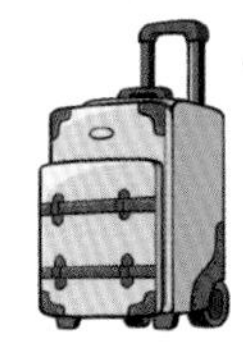

□ **핸드백** [핸드백]
haen-deu-baek
n. túi xách

□ **배낭** [배:낭]
bae-nang
n. ba lô

□ **트렁크** [트렁크]
teu-reong-keu
n. vali, cốp xe

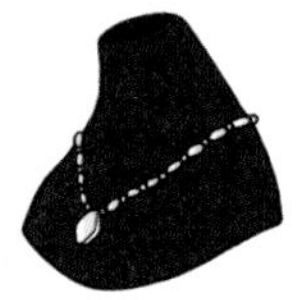

□ **지갑** [지갑]
ji-gap
n. ví

□ **목걸이** [목꺼리]
mok-ggeo-ri
n. vòng cổ, dây chuyền

□ **반지** [반지]
ban-ji
n. nhẫn

□ **옷** [옫] ot n. quần áo

□ **의류** [의류] ui-ryu n. quần áo, y phục

그는 검은색 옷만 입어요.
geu-neun geo-meun-saek on-man i-beo-yo
Anh ấy chỉ mặc quần áo đen.

□ **입다** [입따] ip-dda v. mặc

□ **걸치다** [걸:치다] geol-chi-da v. khoác

□ **쓰다** [쓰다] sseu-da v. đeo, đội

□ **신다** [신:따] sin-dda v. mang

오늘 뭐 입어야 하죠?
o-neul mwo i-beo-ya ha-jyo?
Hôm nay tôi nên mặc gì nhỉ?

□ **한복** [한:복] han-bok n. Hanbok, trang phục truyền thống của Hàn Quốc

□ **저고리** [저고리] jeo-go-ri n. Jeogori, áo khoác ngắn truyền thống của Hàn Quốc

□ **두루마기** [두루마기] du-ru-ma-gi n. Durumagi, áo choàng truyền thống của Hàn Quốc

□ **마고자** [마고자] ma-go-ja n. Magoja, áo mặc ngoài jeogori

□ **배자** [배:자] bae-ja n. Baeja, áo gi-lê khoác ngoài truyền thống của Hàn Quốc

tip. Hanbok dành cho nam giới bao gồm '저고리' và '바지'. Còn Hanbok cho nữ giới bao gồm '저고리' và '치마'. '저고리' của nam giới dài hơn của nữ giới. Trời lạnh thì mặc '마고자', '배자' hoặc '두루마기'.

□ **양복** [양복] yang-bok n. com lê

그는 양복을 거의 입지 않아요.
geu-neun yang-bo-geul geo-i ip-jji a-na-yo
Anh ấy ít khi mặc com lê.

□ 바지 [바지] ba-ji n. quần
□ 반바지 [반:바지] ban-ba-ji n. quần soóc, quần đùi

□ 청바지 [청바지] cheong-ba-ji n. quần jean

□ 치마 [치마] chi-ma n. váy
= 스커트 [스커트] seu-keo-teu

□ 미니스커트 [미니스커트] mi-ni-seu-keo-teu n. váy ngắn
= 짧은 치마 [짤븐 치마] jjal-beun chi-ma

□ 원피스 [원피스] won-pi-seu n. đầm liền thân

□ 투피스 [투피스] tu-pi-seu n. đầm rời

□ 셔츠 [셔츠] syeo-cheu n. áo sơ mi
□ 와이셔츠 [와이셔츠] wa-i-syeo-cheu n. áo sơ mi
□ 티셔츠 [티셔츠] ti-syeo-cheu n. áo phông
□ 폴로셔츠 [폴로셔츠] pol-ro-syeo-cheu n. áo phông có cổ

□ 블라우스 [블라우스] beul-ra-u-seu n. áo sơ mi nữ

□ 스웨터 [스웨터] seu-we-teo n. áo len
□ 니트 [니트] ni-teu n. áo len dệt kim

□ 카디건 [카디건] ka-di-geon n. áo khoác len

□ 조끼 [조끼] jo-ggi n. áo gi-lê

□ 재킷 [재킫] jae-kit n. áo vest

□ 점퍼 [점퍼] jeom-peo n. áo khoác
= 잠바 [잠바] jam-ba
□ 패딩 점퍼 [패딩 점퍼] pae-ding jeom-peo áo phao

□ **외투** [외:투/웨:투] oe-tu/we-tu **n.** áo khoác dạ

= **코트** [코트] ko-teu

= **겉옷** [거돋] geo-dot

□ **반코트** [반:코트] ban-ko-teu **n.** áo khoác dạ ngắn

겨울을 맞아 코트를 한 벌 샀어요.
gyeo-u-reul ma-ja ko-teu-reul han beol sa-sseo-yo
Tôi đã mua một áo khoác dạ để mặc vào mùa đông.

□ **속옷** [소:곧] so-got **n.** đồ lót

= **내의** [내:의/내:이] nae-ui/nae-i

= **내복** [내:복] nae-bok

□ **팬티** [팬티] paen-ti **n.** quần lót

□ **러닝셔츠** [러닝셔츠] reo-ning-syeo-cheu **n.** áo may ô

= **러닝** [러닝] reo-ning

= **런닝** [런닝] reon-ning

tip. Một số người gọi là '난닝구 [nan-ning-gu]'. Nhưng từ này là từ địa phương của tỉnh Gyeongsang.

□ **란제리** [란제리] ran-je-ri **n.** nội y phụ nữ

□ **브래지어** [브래지어] beu-rae-ji-eo **n.** áo lót

□ **잠옷** [자몯] ja-mot **n.** đồ ngủ

□ **우비** [우:비] u-bi **n.** đồ che mưa như áo mưa, ô v.v..

□ **비옷** [비옫] bi-ot **n.** áo mưa

= **우의** [우:의/우:이] u-ui/u-i

= **레인코트** [레인코트] re-in-ko-teu

비옷 챙기는 거 잊지 마세요. 오늘 비가 올 거예요.
bi-ot chaeng-gi-neun geo it-jji ma-se-yo. o-neul bi-ga ol geo-ye-yo
Đừng quên mang theo áo mưa nhé. Hôm nay trời sẽ mưa đấy.

□ **운동복** [운:동복] un-dong-bok n. quần áo thể thao

= **체육복** [체육뽁] che-yuk-bbok

= **추리닝** [추리닝] chu-ri-ning

□ **수영복** [수영복] su-yeong-bok n. quần áo bơi

□ **비키니** [비키니] bi-ki-ni n. bikini

□ **장화** [장화] jang-hwa n. ủng

□ **목도리** [목또리] mok-ddo-ri n. khăn choàng

= **머플러** [머플러] meo-peul-reo

□ **스카프** [스카프] seu-ka-peu n. khăn quàng cổ

□ **숄** [숄] syol n. khăn trùm vai

□ **멜빵** [멜:빵] mel-bbang n. dây đeo quần

□ **허리띠** [허리띠] heo-ri-ddi n. dây lưng, thắt lưng

= **벨트** [벨트] bel-teu

□ **장갑** [장:갑] jang-gap n. găng tay

□ **벙어리장갑** [벙어리장갑] beong-eo-ri-jang-gap n. găng tay mùa đông

□ **모자** [모자] mo-ja n. mũ

□ **귀마개** [귀마개] gwi-ma-gae n. bịt tai chống lạnh

□ **넥타이** [넥타이] nek-ta-i n. cà vạt

□ **나비넥타이** [나비넥타이] na-bi-nek-ta-i n. nơ đeo cổ nam

□ **양말** [양말] yang-mal n. vớ, tất

□ **스타킹** [스타킹] seu-ta-king n. quần tất

□ **레깅스** [레깅스] re-ging-seu n. quần leggings

□ 신발 [신발] sin-bal n. giày dép

= 신 [신] sin

□ 구두 [구두] gu-du n. giày công sở

□ 운동화 [운:동화] un-dong-hwa n. giày thể thao

□ 부츠 [부츠] bu-cheu n. giày bốt

□ 하이힐 [하이힐] ha-i-hil n. giày cao gót

□ 단화 [단:화] dan-hwa n. giày lười

□ 샌들 [샌들] saen-deul n. xăng đan

□ 가락 신 [가락 신] ga-rak sin dép lào

tip. Thật ra, người Hàn Quốc thường dùng từ '쪼리 [jjo-ri]' chứ không dùng từ '가락 신'. '쪼리' không phải là từ chuẩn.

□ 슬리퍼 [슬리퍼] seul-ri-peo n. dép lê

□ 실내화 [실래화] sil-rae-hwa n. dép trong nhà

□ 고무신 [고무신] go-mu-sin n. giày cao su

□ 안경 [안:경] an-gyeong n. kính

□ 선글라스 [선글라스] seon-geul-ra-seu n. kính râm

= 색안경 [새간경] sae-gan-gyeong

□ 가방 [가방] ga-bang n. túi

□ 핸드백 [핸드백] haen-deu-baek n. túi xách

□ 숄더백 [숄더백] syol-deo-baek n. túi đeo vai

□ 배낭 [배:낭] bae-nang n. ba lô

□ 책가방 [책까방] chak-gga-bang n. cặp

□ 트렁크 [트렁크] teu-reong-keu n. vali, cốp xe

tip. '트렁크' có 2 ý nghĩa: vali và cốp xe.

□ **지갑** [지갑] ji-gap n. ví

최근에 지갑을 잃어버렸어요.
choe-geu-ne ji-ga-beul i-reo-beo-ryeo-sseo-yo
Gần đây tôi đã đánh mất ví.

□ **액세서리** [액세서리] aek-se-seo-ri n. đồ trang sức

= **장식물** [장싱물] jang-sing-mul

□ **장신구** [장신구] jang-sin-gu n. đồ trang sức

□ **목걸이** [목꺼리] mok-ggeo-ri n. vòng cổ, dây chuyền

□ **팔찌** [팔찌] pal-jji n. vòng tay

□ **귀걸이** [귀거리] gwi-geo-ri n. khuyên tai, hoa tai

□ **반지** [반지] ban-ji n. nhẫn

□ **브로치** [브로치] beu-ro-chi n. ghim cài áo

□ **머리핀** [머리핀] meo-ri-pin n. kẹp tóc

□ **머리띠** [머리띠] meo-ri-ddi n. bờm tóc

□ **옷깃** [옫낃] ot-ggit n. cổ áo

= **칼라** [칼라] kal-ra

□ **터틀넥** [터틀넥] teo-teul-nek n. cổ lọ

□ **브이넥** [브이넥] beu-i-nek n. cổ chữ v

□ **소매** [소매] so-mae n. tay áo

□ **긴소매** [긴:소매] gin-so-mae n. áo dài tay

= **긴팔** [긴:팔] gin-pal

□ **반소매** [반:소매] ban-so-mae n. áo ngắn tay

= **반팔** [반:팔] ban-pal

□ **민소매** [민소매] min-so-mae n. áo ba lỗ

□ **호주머니** [호주머니] ho-ju-meo-ni **n.** túi (quần, áo)

= **주머니** [주머니] ju-meo-ni

□ **지퍼** [지퍼] ji-peo **n.** dây kéo

□ **단추** [단추] dan-chu **n.** cúc

□ **단춧구멍** [단추꾸멍/단춘꾸멍] dan-chu-ggu-meong/dan-chut-ggu-meong **n.** lỗ cúc

단추를 달아 주시겠어요?
dan-chu-reul da-ra ju-si-ge-sseo-yo?
Bạn đơm cúc áo giúp tôi được không?

□ **천** [천:] cheon **n.** vải

= **옷감** [옫깜] ot-ggam

□ **면** [면] myeon **n.** vải bông

□ **비단** [비:단] bi-dan **n.** vải lụa

= **실크** [실크] sil-keu

□ **삼베** [삼베] sam-be **n.** vải gai

□ **모시** [모시] mo-si **n.** vải gai

□ **모직** [모직] mo-jik **n.** vải len

□ **가죽** [가죽] ga-juk **n.** da

□ **합성 섬유** [합썽 서뮤] hap-sseong seo-myu vải tổng hợp

□ **줄무늬** [줄무니] jul-mu-ni **n.** kẻ sọc

□ **체크무늬** [체크무니] che-keu-mu-ni **n.** kẻ ca rô

□ **격자무늬** [격짜무니] gyeok-jja-mu-ni **n.** kẻ ca rô

□ **꽃무늬** [꼰무니] ggon-mu-ni **n.** họa tiết hoa

□ **물방울무늬** [물빵울무니] mul-bbang-ul-mu-ni **n.** chấm bi

□ **민무늬** [민무니] min-mu-ni **n.** áo trơn

□ **유행** [유행] yu-haeng n. thời trang, mốt

그녀는 최신 유행 옷만 입어요.
geu-nyeo-neun choe-sin yu-haeng on-man i-beo-yo
Cô ấy chỉ mặc đồ hợp mốt.

□ **세련되다** [세:련되다/세:련뒈다] se-ryeon-doe-da/se-ryeon-dwe-da a. sành điệu

세련되어 보이는데.
se-ryeon-doe-eo bo-i-neun-de
Bạn trông sành điệu.

□ **촌스럽다** [촌:쓰럽따] chon-sseu-reop-dda
a. quê mùa

11. 장갑

Hội thoại hữu ích 회화

이준서 생일 선물로 뭐 받고 싶어?
saeng-il seon-mul-ro mwo bat-ggo si-peo?
Bạn muốn nhận quà sinh nhật gì?

최지훈 장갑이 필요해. 내 걸 잃어버렸거든.
jang-ga-bi pi-ryo-hae. nae geol i-reo-beo-ryeo-ggeo-deun
Tôi cần găng tay vì cái của tôi mất rồi.

이준서 좋아. 지금 쇼핑하러 가자.
jo-a. ji-geum syo-ping-ha-reo ga-ja
Được rồi. Bây giờ chúng ta đi mua sắm đi.

최지훈 정말? 그럼 스웨터도 사야겠네.
jeong-mal? geu-reom seu-we-teo-do sa-ya-get-ne
Thật không? Thế tôi cũng phải mua một cái áo len mới được.

Ẩm thực 음식 eum-sik

□ **음식** [음:식] eum-sik
n. thức ăn, đồ ăn

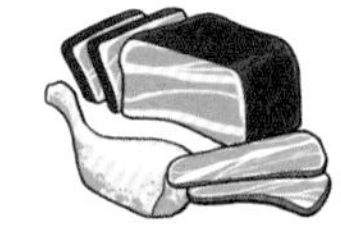

□ **고기** [고기] go-gi
n. thịt

□ **소고기** [소고기] so-go-gi
n. thịt bò

□ **돼지고기** [돼:지고기]
dwae-ji-go-gi
n. thịt lợn

□ **닭고기** [닥꼬기]
dak-ggo-gi
n. thịt gà

□ **양고기** [양고기]
yang-go-gi
n. thịt cừu

□ **해산물** [해:산물]
hae-san-mul
= **해물** [해:물] hae-mul
n. hải sản

□ **생선** [생선]
saeng-seon
n. cá

□ **오징어** [오징어]
o-jing-eo
n. mực

□ **새우** [새우] sae-u
n. tôm

□ **전복** [전복] jeon-bok
n. bào ngư

□ **김** [김:] gim
n. rong biển ăn liền

□ **쌀** [쌀] ssal n. gạo

□ **밥** [밥] bap n. cơm

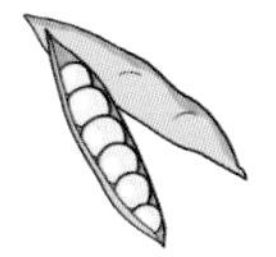

□ **콩** [콩] kong

n. đậu

□ **옥수수** [옥쑤수]

ok-ssu-su

n. ngô

□ **채소** [채:소] chae-so

= **야채** [야:채] ya-chae

n. rau

□ **오이** [오이] o-i

n. dưa chuột

□ **당근** [당근] dang-geun

n. cà rốt

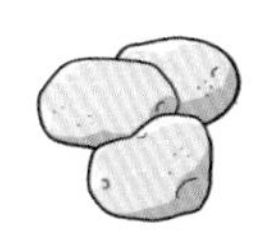

□ **감자** [감자] gam-ja

n. khoai tây

□ **배추** [배:추] bae-chu

n. cải thảo

□ **양배추** [양배추]

yang-bae-chu

n. bắp cải

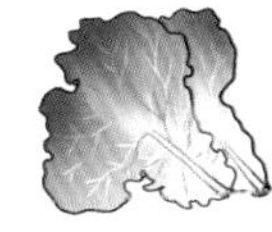

□ **상추** [상추] sang-chu

n. rau diếp

□ **무** [무:] mu

n. củ cải

□ **고추** [고추] go-chu

n. ớt

□ **파** [파] pa

n. hành

□ **양파** [양파] yang-pa

n. hành tây

□ **마늘** [마늘] ma-neul

n. tỏi

□ **과일** [과:일] gwa-il
n. hoa quả

□ **딸기** [딸:기] ddal-gi
n. dâu tây

□ **사과** [사과] sa-gwa
n. táo

□ **배** [배] bae
n. lê

□ **오렌지** [오렌지] o-ren-ji
n. cam

□ **귤** [귤] gyul
n. quýt

□ **레몬** [레몬] re-mon
n. chanh

□ **포도** [포도] po-do
n. nho

□ **바나나** [바나나] ba-na-na
n. chuối

□ **수박** [수:박]
su-bak
n. dưa hấu

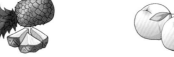

□ **파인애플** [파이내플]
pa-i-nae-peul
n. dứa

□ **복숭아** [복쑹아]
bok-ssung-a
n. đào

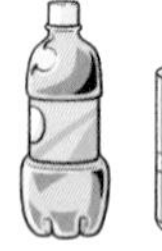

□ **음료** [음:뇨] eum-nyo
n. đồ uống

□ **물** [물] mul n. nước

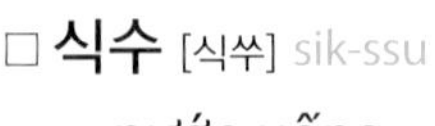

□ **식수** [식쑤] sik-ssu
n. nước uống

□ **우유** [우유] u-yu
n. sữa

□ **양념** [양념] yang-nyeom
n. gia vị

□ **소스** [소스] so-seu
n. nước sốt

□ **소금** [소금] so-geum
n. muối

□ **설탕** [설탕] seol-tang
n. đường

□ **후추** [후추] hu-chu
n. hạt tiêu

□ **간장** [간장] gan-jang
n. nước tương

□ **된장** [된:장/뒌:장]
doen-jang/dwen-jang
n. tương đậu

□ **고추장** [고추장]
go-chu-jang
n. tương ớt

□ **식용유** [시공뉴]
si-gyong-nyu
n. dầu ăn

□ **볶다** [복따] bok-dda
v. xào

□ **튀기다** [튀기다] twi-gi-da
v. chiên

□ **굽다** [굽:따] gup-dda
v. nướng

□ **냄비** [냄비]
naem-bi
n. nồi

□ **프라이팬** [프라이팬]
peu-ra-i-paen
n. chảo

□ **그릇** [그륻] geu-reut
= **사발** [사발] sa-bal
n. bát

□ **음식** [음:식] eum-sik n. thức ăn, đồ ăn

□ **요리** [요리] yo-ri n. món ăn, nấu ăn

□ **식사** [식싸] sik-ssa n. bữa ăn

= **끼니** [끼니] ggi-ni

간단하게 식사하고 싶은데요.
gan-dan-ha-ge sik-ssa-ha-go si-peun-de-yo
Tôi muốn ăn nhẹ.

□ **먹다** [먹따] meok-dda v. ăn

□ **요리하다** [요리하다] yo-ri-ha-da v. nấu ăn

= **조리하다** [조리하다] jo-ri-ha-da

나는 요리하는 것을 좋아해요.
na-neun yo-ri-ha-neun geo-seul jo-a-hae-yo
Tôi thích nấu ăn.

□ **고기** [고기] go-gi n. thịt

□ **소고기** [소고기] so-go-gi n. thịt bò

□ **돼지고기** [돼:지고기] dwae-ji-go-gi n. thịt lợn

□ **닭고기** [닥꼬기] dak-ggo-gi n. thịt gà

□ **양고기** [양고기] yang-go-gi n. thịt cừu

□ **오리고기** [오:리고기] o-ri-go-gi n. thịt vịt

□ **해산물** [해:산물] hae-san-mul n. hải sản

= **해물** [해:물] hae-mul

□ **생선** [생선] saeng-seon n. cá

tip. '생선' là cá để ăn. '물고기 [물꼬기 mul-ggo-gi]' là cá sống dưới nước.

식사는 소고기와 생선 중 무엇으로 하시겠어요?
sik-ssa-neun so-go-gi-wa saeng-seon jung mu-e-seu-ro ha-si-ge-sseo-yo?
Anh dùng thịt bò hay cá ạ?

□ **멸치** [멸치] myeol-chi n. cá cơm

□ **연어** [여너] yeo-neo n. cá hồi

□ **참다랑어** [참다랑어] cham-da-rang-eo n. cá ngừ

= **참치** [참치] cham-chi

□ **고등어** [고등어] go-deung-eo n. cá thu

□ **갈치** [갈치] gal-chi n. cá hố

□ **대구** [대구] dae-gu n. cá tuyết Thái Bình Dương

□ **도미** [도:미] do-mi n. cá hồng

□ **오징어** [오징어] o-jing-eo n. mực

□ **문어** [무너] mu-neo n. bạch tuộc

□ **새우** [새우] sae-u n. tôm

□ **게** [게:] ge n. cua

□ **꽃게** [꼳께] ggot-gge n. ghẹ

□ **가재** [가:재] ga-jae n. tôm tích

□ **바닷가재** [바다까재/바닫까재] ba-da-gga-jae/ba-dat-gga-jae n. tôm hùm

= **랍스터** [랍쓰터] rap-sseu-teo

□ **조개** [조개] jo-gae n. ngao

□ **굴** [굴] gul n. hàu

□ **전복** [전복] jeon-bok n. bào ngư

□ **홍합** [홍합] hong-hap n. vẹm xanh

□ **꼬막** [꼬막] ggo-mak n. sò huyết

□ 김 [김:] gim n. rong biển ăn liền

□ 곡물 [공물] gong-mul n. ngũ cốc

□ 쌀 [쌀] ssal n. gạo

□ 밥 [밥] bap n. cơm → tip. '밥' là món ăn chính của người Hàn Quốc.

밥 더 줄까요?
bap deo jul-gga-yo?
Bạn có muốn ăn thêm cơm không?

□ 찹쌀 [찹쌀] chap-ssal n. gạo nếp

□ 보리 [보리] bo-ri n. lúa mạch

□ 콩 [콩] kong n. đậu

□ 대두 [대:두] dae-du n. đậu nành

□ 완두콩 [완두콩] wan-du-kong n. đậu Hà Lan

□ 강낭콩 [강낭콩] gang-nang-kong n. đậu thận

□ 팥 [팓] pat n. đậu đỏ

□ 옥수수 [옥쑤수] ok-ssu-su n. ngô

□ 채소 [채:소] chae-so n. rau

= 야채 [야:채] ya-chae

□ 시금치 [시금치] si-geum-chi n. rau chân vịt

□ 오이 [오이] o-i n. dưa chuột

□ 당근 [당근] dang-geun n. cà rốt

□ 감자 [감자] gam-ja n. khoai tây

□ 고구마 [고:구마] go-gu-ma n. khoai lang

□ 배추 [배:추] bae-chu n. cải thảo

□ 양배추 [양배추] yang-bae-chu n. bắp cải

□ 상추 [상추] sang-chu n. rau diếp

□ 깻잎 [깬닙] ggaen-nip n. lá vừng

□ 무 [무:] mu n. củ cải

□ 고추 [고추] go-chu n. ớt

□ 피망 [피망] pi-mang n. ớt chuông

□ 파프리카 [파프리카] pa-peu-ri-ka n. ớt chuông

□ 가지 [가지] ga-ji n. cà tím

□ 호박 [호:박] ho-bak n. bí ngô

□ 애호박 [애호박] ae-ho-bak n. bí ngòi

□ 토마토 [토마토] to-ma-to n. cà chua

□ 브로콜리 [브로콜리] beu-ro-kol-ri n. bông cải xanh

□ 콩나물 [콩나물] kong-na-mul n. giá đậu nành

□ 숙주나물 [숙쭈나물] suk-jju-na-mul n. giá đỗ

□ 고사리 [고사리] go-sa-ri n. dương xỉ diều hâu

□ 파 [파] pa n. hành

□ 양파 [양파] yang-pa n. hành tây

□ 마늘 [마늘] ma-neul n. tỏi

□ 생강 [생강] saeng-gang n. gừng

□ 과일 [과:일] gwa-il n. hoa quả

□ 딸기 [딸:기] ddal-gi n. dâu tây

□ 산딸기 [산딸기] san-ddal-gi n. mâm xôi

□ 블루베리 [블루베리] beul-ru-be-ri n. việt quất

□ 사과 [사과] sa-gwa n. táo

□ 배 [배] bae n. lê

□ 오렌지 [오렌지] o-ren-ji n. cam

□ 귤 [귤] gyul n. quýt

= 밀감 [밀감] mil-gam

□ 감 [감:] gam n. hồng

□ 홍시 [홍시] hong-si n. hồng mềm

□ 레몬 [레몬] re-mon n. chanh

□ 포도 [포도] po-do n. nho

□ 바나나 [바나나] ba-na-na n. chuối

□ 수박 [수:박] su-bak n. dưa hấu

□ 참외 [차뫼/차뭬] cha-moe/cha-mwe n. dưa lê Hàn Quốc

□ 멜론 [멜론] mel-ron n. dưa lưới

□ 파인애플 [파이내플] pa-i-nae-peul n. dứa

□ 복숭아 [복쑹아] bok-ssung-a n. đào

□ 천도복숭아 [천도복쑹아] cheon-do-bok-ssung-a n. đào giòn

□ 자두 [자두] ja-du n. mận

□ **살구** [살구] sal-gu **n.** mơ

□ **앵두** [앵두] aeng-du **n.** anh đào

= **체리** [체리] che-ri

□ **망고** [망고] mang-go **n.** xoài

□ **리치** [리치] ri-chi **n.** vải

□ **무화과** [무화과] mu-hwa-gwa **n.** vả

□ **아보카도** [아보카도] a-bo-ka-do **n.** bơ

□ **음료** [음:뇨] eum-nyo **n.** đồ uống

= **음료수** [음:뇨수] eum-nyo-su

□ **마시다** [마시다] ma-si-da **v.** uống

□ **물** [물] mul **n.** nước

□ **식수** [식쑤] sik-ssu **n.** nước uống

물 좀 더 주시겠어요?
mul jom deo ju-si-ge-sseo-yo?
Cho tôi thêm nước được không?

□ **우유** [우유] u-yu **n.** sữa

□ **두유** [두유] du-yu **n.** sữa đậu nành

□ **포도주** [포도주] po-do-ju **n.** rượu vang

= **와인** [와인] wa-in

□ **맥주** [맥쭈] maek-jju **n.** bia

□ **소주** [소주] so-ju **n.** soju, một loại rượu chưng cất của Hàn Quốc

□ **막걸리** [막껄리] mak-ggeol-ri **n.** rượu gạo

tip. '막걸리' là loại rượu truyền thống của Hàn Quốc được làm bằng gạo.

□ **탄산음료** [탄:사늠뇨] tan-sa-neum-nyo **n.** nước có ga

□ **콜라** [콜라] kol-ra **n.** cô ca

□ **사이다** [사이다] sa-i-da **n.** Sprite, 7UP

□ **커피** [커피] keo-pi **n.** cà phê

커피는 나중에 갖다주세요.
keo-pi-neun na-jung-e gat-dda-ju-se-yo
Cho cà phê lên sau nhé.

□ **홍차** [홍차] hong-cha **n.** trà đen

□ **녹차** [녹차] nok-cha **n.** trà xanh

□ **후식** [후:식] hu-sik **n.** món tráng miệng

= **디저트** [디저트] di-jeo-teu

□ **양념** [양념] yang-nyeom **n.** gia vị

□ **소스** [소스] so-seu **n.** nước sốt

□ **드레싱** [드레싱] deu-re-sing **n.** nước sốt

□ **간장** [간장] gan-jang **n.** nước tương

□ **된장** [된:장/뒌:장] doen-jang/dwen-jang **n.** tương đậu

□ **고추장** [고추장] go-chu-jang **n.** tương ớt

된장은 콩으로 만든 것이에요.
doen-jang-eun kong-eu-ro man-deun geo-si-e-yo
Tương đậu được làm từ đậu.

tip. '간장', '된장' và '고추장' đều được làm từ đậu.
Tất cả đều là tương truyền thống của Hàn Quốc.

□ **소금** [소금] so-geum **n.** muối

□ **설탕** [설탕] seol-tang **n.** đường

□ **후추** [후추] hu-chu **n.** hạt tiêu

□ **깨소금** [깨소금] ggae-so-geum **n.** muối vừng

□ **식초** [식초] sik-cho n. dấm

□ **식용유** [시굥뉴] si-gyong-nyu n. dầu ăn

□ **올리브유** [올리브유] ol-ri-beu-yu n. dầu ô liu

□ **참기름** [참기름] cham-gi-reum n. dầu mè

□ **들기름** [들기름] deul-gi-reum n. dầu tía tô

□ **버터** [버터] beo-teo n. bơ

□ **마요네즈** [마요네즈] ma-yo-ne-jeu n. nước sốt mayone

□ **케첩** [케첩] ke-cheop n. tương cà

□ **꿀** [꿀] ggul n. mật ong

□ **잼** [잼] jaem n. mứt

□ **겨자** [겨자] gyeo-ja n. mù tạt

□ **고추냉이** [고추냉이] go-chu-naeng-i n. wasabi

□ **요리법** [요리뻡] yo-ri-bbeop n. cách nấu

= **조리법** [조리뻡] jo-ri-bbeop

= **레시피** [레시피] re-si-pi

□ **다듬다** [다듬따] da-deum-dda v. sơ chế

채소 다듬는 것을 도와주세요.
chae-so da-deum-neun geo-seul do-wa-ju-se-yo
Sơ chế rau giúp tôi.

□ **자르다** [자르다] ja-reu-da v. cắt

□ **썰다** [썰:다] sseol-da v. thái

□ **다지다** [다지다] da-ji-da v. băm

□ **벗기다** [벋끼다] beot-ggi-da v. bóc vỏ

□ 섞다 [석따] seok-dda v. trộn

= 버무리다 [버무리다] beo-mu-ri-da

= 무치다 [무치다] mu-chi-da

tip. '무치다' là động từ dùng cho '나물 [na-mul] (rau)'. '나물 요리' là món rau trộn với các loại gia vị.

□ 무침 [무침] mu-chim n. món trộn

□ 볶다 [복따] bok-dda v. xào

□ 볶음 [보끔] bo-ggeum n. món xào

□ 튀기다 [튀기다] twi-gi-da v. chiên

□ 튀김 [튀김] twi-gim n. món chiên

□ 굽다 [굽:따] gup-dda v. nướng

□ 구이 [구이] gu-i n. món nướng

□ 삶다 [삼:따] sam-dda v. luộc

□ 찌다 [찌다] jji-da v. hấp

□ 찜 [찜] jjim n. món hấp

□ 도마 [도마] do-ma n. thớt

□ 칼 [칼] kal n. dao

□ 식칼 [식칼] sik-kal n. dao làm bếp

= 부엌칼 [부억칼] bu-eok-kal

□ 과일칼 [과:일칼] gwa-il-kal n. dao gọt hoa quả

= 과도 [과:도] gwa-do

□ 국자 [국짜] guk-jja n. muôi

□ 밥주걱 [밥쭈걱] bap-jju-geok n. muôi múc cơm

□ 뒤집개 [뒤집깨] dwi-jip-ggae n. sạn

□ **냄비** [냄비] naem-bi **n.** nồi

□ **솥** [솓] sot **n.** Sot, nồi truyền thống Hàn Quốc được làm bằng kim loại

□ **밥솥** [밥쏟] bap-ssot **n.** nồi cơm

□ **프라이팬** [프라이팬] peu-ra-i-paen **n.** chảo

□ **식기** [식끼] sik-ggi **n.** đĩa bát

□ **그릇** [그륻] geu-reut **n.** bát

= **사발** [사발] sa-bal

□ **밥그릇** [밥끄륻] bap-ggeu-reut **n.** bát ăn cơm

□ **국그릇** [국끄륻] guk-ggeu-reut **n.** bát đựng canh

□ **접시** [접씨] jeop-ssi **n.** đĩa

□ **쟁반** [쟁반] jaeng-ban **n.** khay

Hội thoại hữu ích 회화

김미나 남기지 말고 다 먹어.
nam-gi-ji mal-go da meo-geo
Em ăn hết đi.

이준서 콩 싫어. 맛이 없어.
kong si-reo. ma-si eop-sseo
Em không thích đậu, không ngon.

김미나 그렇게 음식을 가리면 안 돼.
geu-reo-ke eum-si-geul ga-ri-myeon an dwae
Đừng kén ăn như vậy.

이준서 알았어. 그럼 케첩 뿌려도 돼?
a-ra-sseo. geu-reom ke-cheop bbu-ryeo-do dwae?
OK. Thế em cho một ít tương cà vào được không?

Sở thích 취미 chwi-mi

□ **취미** [취:미] chwi-mi

n. sở thích

□ **운동** [운:동] un-dong

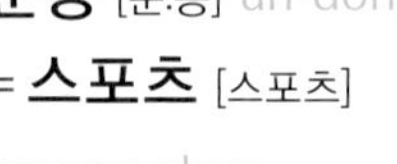

= **스포츠** [스포츠]

seu-po-cheu

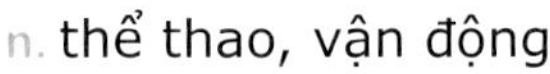

n. thể thao, vận động

□ **달리다** [달리다] dal-ri-da

= **뛰다** [뛰다] ddwi-da

v. chạy

□ **수영** [수영]

su-yeong

n. bơi

□ **테니스** [테니스]

te-ni-seu

n. quần vợt

□ **배드민턴** [배드민턴]

bae-deu-min-teon

n. cầu lông

□ **축구** [축꾸] chuk-ggu

n. bóng đá

□ **야구** [야:구] ya-gu

n. bóng chày

□ **농구** [농구] nong-gu

n. bóng rổ

□ **배구** [배구] bae-gu

n. bóng chuyền

□ **요가** [요가] yo-ga

n. yo ga

□ **골프** [골프] gol-peu

n. môn đánh gôn

□ **음악** [으막] eu-mak
n. âm nhạc

□ **노래** [노래] no-rae
n. bài hát

□ **가수** [가수] ga-su
n. ca sĩ

□ **악기** [악끼] ak-ggi
n. nhạc cụ

□ **연주** [연:주] yeon-ju
n. việc biểu diễn

□ **피아노** [피아노] pi-a-no
n. đàn dương cầm

□ **바이올린** [바이올린]
ba-i-ol-rin
n. vi ô lông

□ **기타** [기타] gi-ta
n. đàn ghi ta

□ **북** [북] buk
= **드럼** [드럼] deu-reom
n. trống

□ **음악회** [으마쾨/으마퀘]
eu-ma-koe/eu-ma-kwe
= **콘서트** [콘서트]
kon-seo-teu
n. buổi biểu diễn

□ **오페라** [오페라]
o-pe-ra
n. ô pê ra

□ **뮤지컬** [뮤지컬]
myu-ji-keol
n. ca kịch

□ 연극 [연:극] yeon-geuk
n. kịch

□ 영화 [영화] yeong-hwa
n. phim

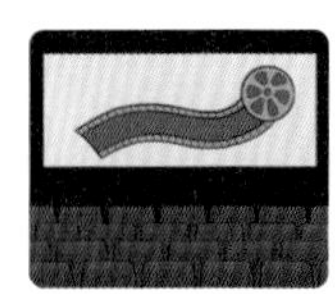

□ 극장 [극짱] geuk-jjang
n. nhà hát

□ 책 [책] chaek
n. sách

□ 독서 [독써] dok-sseo
n. việc đọc sách

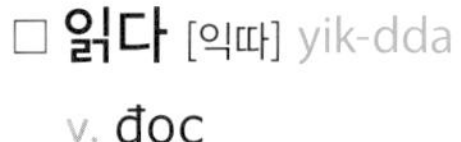

□ 읽다 [익따] yik-dda
v. đọc

□ 쓰다 [쓰다] sseu-da
v. viết

□ 도서관 [도서관]
do-seo-gwan
n. thư viện

□ 서점 [서점]
seo-jeom
n. hiệu sách

□ 문학 [문학]
mun-hak
n. văn học

□ 만화책 [만:화책]
man-hwa-chaek
n. truyện tranh

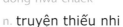

□ 동화책 [동:화책]
dong-hwa-chaek
n. truyện thiếu nhi

□ 잡지 [잡찌]
jap-jji
n. tạp chí

□ **사진** [사진] sa-jin
n. ảnh

□ **카메라** [카메라] ka-me-ra
n. máy ảnh

□ **그림** [그:림] geu-rim
n. tranh

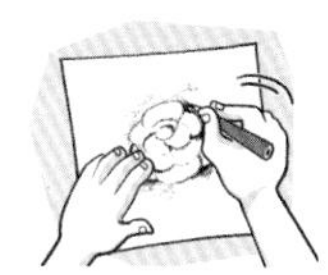

□ **그리다** [그:리다]
geu-ri-da
v. vẽ

□ **물감** [물깜]
mul-ggam
n. nước màu

□ **종이** [종이]
jong-i
n. giấy

□ **체스** [체스] che-seu
n. cờ vua

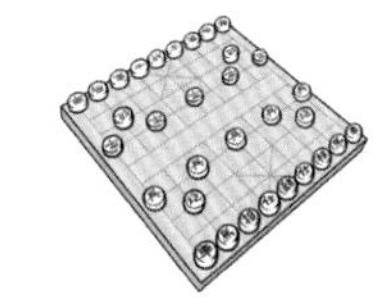

□ **장기** [장:기] jang-gi
n. cờ tướng

□ **등산** [등산] deung-san
n. leo núi

□ **낚시** [낙씨]
nak-ssi
n. câu cá

□ **야영** [야:영] ya-yeong
= **캠핑** [캠핑] kaem-ping
n. cắm trại

□ **뜨개질** [뜨개질]
ddeu-gae-jil
n. đan len

□ **취미** [취:미] chwi-mi n. sở thích

취미가 뭐예요?
chwi-mi-ga mwo-ye-yo?
Sở thích của bạn là gì?

□ **운동** [운:동] un-dong n. thể thao, vận động

= **스포츠** [스포츠] seu-po-cheu

□ **경기** [경:기] gyeong-gi n. trận đấu

= **게임** [게임] ge-im

□ **시합** [시합] si-hap n. cuộc thi đấu

□ **달리다** [달리다] dal-ri-da v. chạy

= **뛰다** [뛰다] ddwi-da

□ **조깅** [조깅] jo-ging n. chạy bộ

□ **산책** [산:책] san-chaek n. đi dạo

= **산보** [산:뽀] san-bbo

□ **체육관** [체육꽌] che-yuk-ggwan n. nhà thi đấu

□ **헬스클럽** [헬스클럽] hel-seu-keul-reop n. phòng tập gym

□ **수영** [수영] su-yeong n. bơi

□ **수영장** [수영장] su-yeong-jang n. bể bơi

□ **공** [공:] gong n. bóng

□ **셔틀콕** [셔틀콕] syeo-teul-kok n. quả cầu lông

□ **라켓** [라켇] ra-ket n. vợt

□ **테니스** [테니스] te-ni-seu n. quần vợt

□ **배드민턴** [배드민턴] bae-deu-min-teon n. cầu lông

☐ **축구** [축꾸] chuk-ggu n. bóng đá

☐ **미식축구** [미식축꾸] mi-sik-chuk-ggu n. bóng bầu dục Mỹ

☐ **야구** [야:구] ya-gu n. bóng chày

☐ **농구** [농구] nong-gu n. bóng rổ

☐ **배구** [배구] bae-gu n. bóng chuyền

☐ **탁구** [탁꾸] tak-ggu n. bóng bàn

☐ **당구** [당구] dang-gu n. bi-a

☐ **요가** [요가] yo-ga n. yo ga

☐ **골프** [골프] gol-peu n. môn đánh gôn

요즘 골프에 빠져 있어요.
yo jeum gol-peu-e bba-jeo i-sseo-yo
Dạo này tôi nghiện chơi gôn.

☐ **사이클링** [사이클링] sa-i-keul-ring n. đạp xe

☐ **권투** [권:투] gwon-tu n. quyền Anh, đấm bốc

= **복싱** [복씽] bok-ssing

☐ **스키** [스키] seu-ki n. trượt tuyết

☐ **스노보드** [스노보드] seu-no-bo-deu n. trượt ván trên tuyết

☐ **스키장** [스키장] seu-ki-jang n. khu trượt tuyết

☐ **스케이트** [스케이트] seu-ke-i-teu n. trượt băng

☐ **인라인스케이트** [인라인스케이트] in-ra-in-seu-ke-i-teu n. trượt pa tanh

☐ **스케이트보드** [스케이트보드] seu-ke-i-teu-bo-deu n. trượt ván

☐ **스케이트장** [스케이트장] seu-ke-i-teu-jang n. sân trượt băng

□ 음악 [으막] eu-mak n. âm nhạc

□ 듣다 [듣따] deut-dda v. nghe

음악 듣는 것을 좋아해요.
eu-mak deun-neun geu-seul jo-a-hae-yo
Tôi thích nghe nhạc.

□ 노래 [노래] no-rae n. bài hát

□ 가수 [가수] ga-su n. ca sĩ

□ 가사 [가사] ga-sa n. lời bài hát

□ 가락 [가락] ga-rak n. giai điệu

= 멜로디 [멜로디] mel-ro-di

= 선율 [서뉼] seo-nyul

□ 작사 [작싸] jak-ssa n. việc viết lời nhạc

□ 작곡 [작꼭] jak-ggok n. việc sáng tác nhạc

□ 음반 [음반] eum-ban n. đĩa nhạc

= 디스크 [디스크] di-seu-keu

□ 악기 [악끼] ak-ggi n. nhạc cụ

□ 연주 [연주] yeon-ju n. việc biểu diễn

악기를 다룰 줄 알아요?
ak-ggi-reul da-rul jul a-ra-yo?
Bạn biết chơi nhạc cụ nào không?

□ 피아노 [피아노] pi-a-no n. đàn dương cầm

□ 바이올린 [바이올린] ba-i-ol-rin n. vi ô lông

□ 비올라 [비올라] bi-ol-ra n. viôla

□ 첼로 [첼로] chel-ro n. xê lô

□ **하프** [하프] ha-peu n. đàn hạc

□ **기타** [기타] gi-ta n. đàn ghi ta

□ **플루트** [플루트] peul-ru-teu n. sáo

□ **트럼펫** [트럼펟] teu-reom-pet n. trumpet

□ **색소폰** [색소폰] saek-so-pon n. saxophone

□ **북** [북] buk n. trống

= **드럼** [드럼] deu-reom

□ **음악회** [으마쾨/으마퀘] eu-ma-koe/eu-ma-kwe n. buổi biểu diễn

= **콘서트** [콘서트] kon-seo-teu

□ **관현악단** [관혀낙딴] gwan-hyeo-nak-ddan n. dàn nhạc giao hưởng

= **교향악단** [교향악딴] gyo-hyang-ak-ddan

= **오케스트라** [오케스트라] o-ke-seu-teu-ra

□ **지휘자** [지휘자] ji-hwi-ja n. nhạc trưởng

□ **오페라** [오페라] o-pe-ra n. ô pê ra

□ **뮤지컬** [뮤지컬] myu-ji-keol n. ca kịch

□ **연극** [연:극] yeon geuk n. kịch

□ **영화** [영화] yeong-hwa n. phim

□ **보다** [보다] bo-da v. xem

□ **개봉하다** [개봉하다] gae-bong-ha-da v. khởi chiếu

오늘 밤에 영화 보러 가요.
o-neul ba-me yeong-hwa bo-reo ga-yo
Tối nay chúng ta đi xem phim nhé.

□ **극장** [극짱] geuk-jjang n. nhà hát

□ **영화관** [영화관] yeong-hwa-gwan n. rạp chiếu phim

□ **블록버스터** [블록뻐스터] beul-rok-bbeo-seu-teo bom tấn

□ **영화감독** [영화감독] yeong-hwa-gam-dok n. đạo diễn phim

□ **배우** [배우] bae-u n. diễn viên

□ **여배우** [여배우] yeo-bae-u n. diễn viên nữ

□ **주인공** [주인공] ju-in-gong n. nhân vật chính

□ **관객** [관객] gwan-gaek n. khán giả

□ **책** [책] chaek n. sách

□ **독서** [독써] dok-sseo n. việc đọc sách

□ **읽다** [익따] ik-dda v. đọc

한 달에 몇 권 읽으세요?
han da-re myeot ggwon il-geu-se-yo?
Bạn thường đọc mấy quyển sách trong một tháng?

□ **도서관** [도서관] do-seo-gwan n. thư viện

□ **서점** [서점] seo-jeom n. hiệu sách

□ **쓰다** [쓰다] sseu-da v. viết

= **저술하다** [저:술하다] jeo-sul-ha-da

□ **문학** [문학] mun-hak n. văn học

□ **소설** [소:설] so-seol n. tiểu thuyết

□ **시** [시] si n. thơ

□ **수필** [수필] su-pil n. tùy bút

= **에세이** [에세이] e-se-i

□ **만화책** [만:화책] man-hwa-chaek n. truyện tranh

□ **동화책** [동:화책] dong-hwa-chaek n. truyện thiếu nhi

□ **위인전** [위인전] wi-in-jeon n. tiểu sử

□ **잡지** [잡찌] jap-jji n. tạp chí

□ **작가** [작까] jak-gga n. người viết

□ **저자** [저:자] jeo-ja n. tác giả

□ **소설가** [소:설가] so-seol-ga n. nhà tiểu thuyết

□ **시인** [시인] si-in n. nhà thơ

□ **수필가** [수필가] su-pil-ga n. nhà tùy bút

□ **사진** [사진] sa-jin n. ảnh

□ **촬영** [촤령] chwa-ryeong n. việc chụp ảnh

□ **카메라** [카메라] ka-me-ra n. máy ảnh

사진 촬영 금지
sa-jin chwa-ryeong geum-ji
Cấm chụp ảnh.

□ **그림** [그:림] geu-rim n. tranh

□ **유화** [유화] yu-hwa n. tranh sơn dầu

□ **수채화** [수채화] su-chae-hwa n. tranh màu nước

□ **삽화** [사퐈] sa-pwa n. tranh minh họa

= **일러스트레이션** [일러스트레이션] il-reo-seu-teu-re-i-syeon

□ **그리다** [그:리다] geu-ri-da v. vẽ

□ **스케치** [스케치] seu-ke-chi n. vẽ phác họa

□ 소묘 [소:묘] so-myo n. tranh vẽ bằng bút chì

□ 색칠하다 [색칠하다] saek-chil-ha-da v. tô màu

= 채색하다 [채:새카다] chae-sae-ka-da

□ 화가 [화:가] hwa-ga n. họa sỹ

□ 물감 [물깜] mul-ggam n. màu nước

□ 붓 [붇] but n. chổi

□ 종이 [종이] jong-i n. giấy

□ 도화지 [도화지] do-hwa-ji n. giấy vẽ

□ 스케치북 [스케치북] seu-ke-chi-buk n. tập giấy vẽ

□ 캔버스 [캔버스] kaen-beo-seu n. khung tranh sơn dầu

□ 보드게임 [보드게임] bo-deu-ge-im n. trò chơi cờ bàn

□ 주사위 [주사위] ju-sa-wi n. xúc xắc

□ 체스 [체스] che-seu n. cờ vua

□ 장기 [장:기] jang-gi n. cờ tướng

□ 바둑 [바둑] ba-duk n. cờ vây

□ 등산 [등산] deung-san n. việc leo núi

□ 암벽등반 [암벽등반] am-byeok-deung-ban leo núi đá

예전부터 등산을 좋아했어요.
ye-jeon-bu-teo deung-sa-neul jo-a-hae-sseo-yo
Tôi thích leo núi.

□ 낚시 [낙씨] nak-ssi n. câu cá

□ 소풍 [소풍] so-pung n. dã ngoại

□ **야영** [야:영] ya-yeong n. cắm trại

= **캠핑** [캠핑] kaem-ping

□ **공예** [공예] gong-ye n. thủ công mỹ nghệ

□ **원예** [워녜] wo-nye n. trồng trọt

□ **꽃꽂이** [꼳꼬지] ggot-ggo-ji n. cắm hoa

□ **수집** [수집] su-jip n. sưu tầm

□ **뜨개질** [뜨개질] ddeu-gae-jil n. đan len

\# 13. 기타

Hội thoại hữu ích 회화

김미나 넌 시간 있을 때 뭐 해?
neon si-gan i-sseul ddae mwo hae?
Khi rảnh, bạn thường làm gì?

송하영 난 기타를 쳐.
nan gi-ta-reul cheo
Tôi chơi đàn ghi ta.

김미나 멋진데! 한 곡 연주해 줄 수 있니?
meot-jjin-de! han gok yeon-ju-hae jul ssu in-ni?
Hay quá! Bạn chơi thử một bài được không?

송하영 사실은, 이제 막 배우기 시작했는데 한번 시도해 볼게.
sa-si-reun, i-je mak bae-u-gi si-jak-haet-neun-de han-beon si-do-hae bol-ge
Thật ra tôi mới học nhưng tôi sẽ thử chơi một bản cho bạn nghe.

Điện thoại & Internet 전화 & 인터넷 jeon-hwa & in-teo-net

□ 전화 [전:화] jeon-hwa
n. điện thoại

□ 휴대폰 [휴대폰] hyu-dae-pon
= 핸드폰 [핸드폰] haen-deu-pon
= 휴대전화 [휴대전화] hyu-dae-jeon-hwa
n. điện thoại di động

□ 전화하다 [전:화하다] jeon-hwa-ha-da
= 걸다 [걸:다] geol-da
v. gọi điện

□ 받다 [받따] bat-dda
v. nhấc máy, nhận

□ (전화를) 끊다 [끈타] ggeun-ta
v. cúp máy, tắt máy

□ 전화번호 [전:화번호] jeon-hwa-beon-ho
n. số điện thoại

□ 로밍 서비스 [로밍 서비스] ro-ming seo-bi-seu
dịch vụ chuyển vùng quốc tế

□ 문자메시지 [문짜메시지] mun-jja-me-si-ji
tin nhắn

□ 전송 [전:송] jeon-song
n. việc gửi

□ 벨 소리 [벨 소리] bel so-ri
nhạc chuông

□ 진동모드 [진:동모드] jin-dong-mo-deu
chế độ rung

□ 애플리케이션 [애플리케이션]
ae-peul-ri-ke-i-syeon
n. ứng dụng, app

□ 다운로드 [다운로드]
da-un-ro-deu
n. tải xuống

□ 업로드 [업로드]
eop-ro-deu
n. tải lên

□ 배터리 [배터리]
bae-teo-ri
n. pin

□ 충전 [충전] chung-jeon
n. việc sạc pin

□ 켜다 [켜다] kyeo-da
v. bật

□ 끄다 [끄다] ggeu-da
v. tắt

□ 와이파이 [와이파이] wa-i-pa-i
n. mạng không dây, Wi-Fi

□ 인터넷 [인터넫] in-teo-net
n. in-tơ-nét, internet

□ 온라인 게임 [올라인 게임]
ol-ra-in ge-im
game trực tuyến

□ 인터넷 쇼핑 [인터넫 쇼핑]
in-teo-net syo-ping
mua sắm trực tuyến

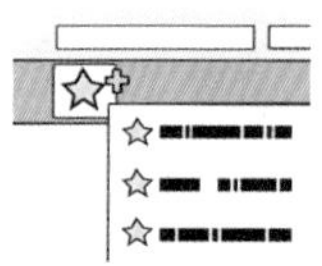

□ **즐겨찾기** [즐겨찯끼] jeul-gyeo-chat-ggi

n. mục yêu thích

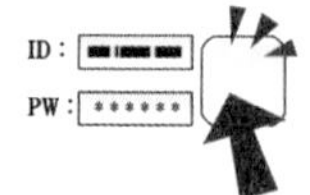

□ **접속** [접쏙] jeop-ssok

n. việc truy cập

□ **이메일** [이메일] i-me-il

= **전자우편** [전자우편] jeon-ja-u-pyeon

n. email

□ **웹 사이트** [웹 사이트] wep sa-i-teu

trang web

□ **홈페이지** [홈페이지] hom-pe-i-ji

n. trang chủ

□ **검색** [검:색] geom-saek

n. việc tìm kiếm

□ **컴퓨터** [컴퓨터] keom-pyu-teo

n. máy tính

□ **노트북** [노트북] no-teu-buk

n. máy tính xách tay

□ **태블릿** [태블릳] tae-beul-rit

n. máy tính bảng

□ **모니터** [모니터] mo-ni-teo

n. màn hình (máy tính)

□ **키보드** [키보드]
ki-bo-deu
n. bàn phím

□ **타이핑하다** [타이핑하다]
ta-i-ping-ha-da
v. đánh máy

□ **마우스** [마우스]
ma-u-seu
n. chuột

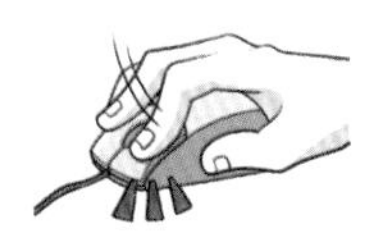

□ **클릭** [클릭] keul-rik
n. cái nhấp chuột

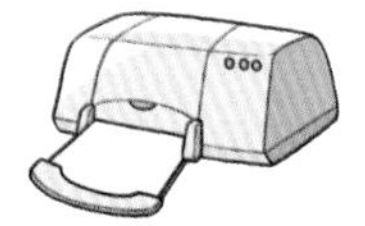

□ **프린터** [프린터]
peu-rin-teo
n. máy in

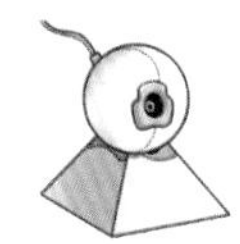

□ **웹캠** [웹캠] wep-kaem
n. web cam

□ **파일** [파일] pa-il
n. tập tin, file

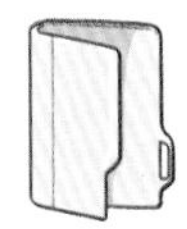

□ **폴더** [폴더] pol-deo
n. thư mục

□ **저장** [저:장] jeo-jang
n. việc lưu

□ **삭제** [삭쩨] sak-jje
n. việc xóa

□ **보안** [보:안] bo-an
n. bảo mật

□ **블로그** [블로그]
beul-ro-geu
n. blog

□ **전화** [전:화] jeon-hwa n. điện thoại

□ **휴대폰** [휴대폰] hyu-dae-pon n. điện thoại di động

= **핸드폰** [핸드폰] haen-deu-pon

= **휴대전화** [휴대전화] hyu-dae-jeon-hwa

영화 시작 전에 휴대폰을 꺼 두세요.
yeong-hwa si-jak jeo-ne hyu-dae-po-neul ggeo du-se-yo
Hãy tắt điện thoại khi phim bắt đầu.

□ **스마트폰** [스마트폰] seu-ma-teu-pon n. điện thoại thông minh

□ **전화하다** [전:화하다] jeon-hwa-ha-da v. gọi (điện)

= **걸다** [걸:다] geol-da

= **발신하다** [발씬하다] bal-ssin-ha-da

□ **받다** [받따] bat-dda v. nhấc máy, nhận

= **수신하다** [수신하다] su-sin-ha-da

□ **수신** [수신] su-sin n. nhận

□ **수신음** [수신음] su-sin-eum n. âm báo

□ **통화** [통화] tong-hwa n. cuộc gọi

□ **통화 중** [통화 중] tong-hwa jung máy bận

□ (전화를) **끊다** [끈타] ggeun-ta v. cúp máy, tắt máy

□ (전화를) **바꾸다** [바꾸다] ba-ggu-da v. chuyển máy

□ **공중전화** [공중전화] gong-jung-jeon-hwa n. điện thoại công cộng

□ **긴급 전화** [긴급 전화] gin-geup jeon-hwa cuộc gọi khẩn cấp

□ **전화번호** [전:화번호] jeon-hwa-beon-ho n. số điện thoại

□ **로밍 서비스** [로밍 서비스] ro-ming seo-bi-seu
dịch vụ chuyển vùng quốc tế

□ **자동응답기** [자동응:답끼] ja-dong-eung-dap-ggi máy trả lời tự động

□ **메신저** [메신저] me-sin-jeo n. ứng dụng nhắn tin

□ **메시지** [메시지] me-si-ji n. tin nhắn, lời nhắn

□ **문자메시지** [문짜메시지] mun-jja-me-si-ji tin nhắn

□ **음성메시지** [음성메시지] eum-seong-me-si-ji tin nhắn thoại

메시지를 남기시겠어요?
me-si-ji-reul nam-gi-si-ge-sseo-yo?
Bạn có muốn để lại lời nhắn không?

□ **보내다** [보내다] bo-nae-da v. gửi

□ **전송** [전:송] jeon-song n. việc gửi

□ **벨 소리** [벨 소리] bel so-ri nhạc chuông

□ **진동모드** [진:동모드] jin-dong-mo-deu chế độ rung

= **매너모드** [매너모드] mae-neo-mo-deu

□ **애플리케이션** [애플리케이션] ae-peul-ri-ke-i-syeon n. ứng dụng, app

= **어플** [어플] eo-peul → **tip.** '어플', '앱' là từ viết tắt của '애플리케이션'.

= **앱** [앱] aep

□ **다운로드** [다운로드] da-un-ro-deu n. tải xuống

□ **업로드** [업로드] eop-ro-deu n. tải lên

□ **업데이트** [업떼이트] eop-dde-i-teu n. cập nhật

□ **배터리** [배터리] bae-teo-ri n. pin

배터리가 얼마 없어요.
bae-teo-ri-ga eol-ma eop-sseo-yo
Sắp hết pin.

□ **충전** [충전] chung-jeon n. việc sạc pin

□ **충전기** [충전기] chung-jeon-gi n. cục sạc

□ **방전** [방:전] bang-jeon n. việc hết pin

□ **전원** [저:눤] jeo-nwon n. nguồn

□ **켜다** [켜다] kyeo-da v. bật

□ **끄다** [끄다] ggeu-da v. tắt

□ **영상통화** [영상통화] yeong-sang-tong-hwa n. gọi video

□ **와이파이** [와이파이] wa-i-pa-i n. mạng không dây, Wi-Fi

= **근거리 무선망** [근:거리 무선망] geun-geo-ri mu-seon-mang

□ **인터넷** [인터넫] in-teo-net n. in-tơ-nét, internet

□ **온라인** [올라인] ol-ra-in n. trực tuyến, online

□ **오프라인** [오프라인] o-peu-ra-in n. ngoại tuyến, offline

□ **온라인 게임** [올라인 게임] ol-ra-in ge-im game trực tuyến

□ **인터넷 뱅킹** [인터넫 뱅킹] in-téo-net baeng-king
dịch vụ ngân hàng qua internet

□ **인터넷 쇼핑** [인터넫 쇼핑] in-teo-net syo-ping mua sắm trực tuyến

□ **즐겨찾기** [즐겨찯끼] jeul-gyeo-chat-ggi n. mục yêu thích

□ **접속** [접쏙] jeop-ssok n. việc truy cập

□ **무선데이터** [무선데이터] mu-seon-de-i-teo dữ liệu di động

□ **이메일** [이메일] i-me-il n. email, thư điện tử

= **전자우편** [전자우편] jeon-ja-u-pyeon

□ **이메일주소** [이메일주:소] i-me-il-ju-so địa chỉ email

이메일주소가 뭐예요?

i-me-il-ju-so-ga mwo-ye-yo?

Địa chỉ email của bạn là gì?

□ **받은 메일함** [바든 메일함] ba-deun me-il-ham hộp thư đến

□ **보낸 메일함** [보낸 메일함] bo-naen me-il-ham hộp thư gửi

□ **답장** [답짱] dap-jjang n. việc trả lời

□ **전달** [전달] jeon-dal n. việc chuyển tiếp

□ **첨부 파일** [첨부 파일] cheom-bu pa-il file đính kèm

첨부 파일이 열리지 않아요.

cheom-bu pa-i-ri yeol-ri-ji a-na-yo

File đính kèm không mở được.

□ **스팸 메일** [스팸 메일] seu-paem me-il thư rác

□ **로그인** [로그인] ro-geu-in n. đăng nhập

□ **로그아웃** [로그아욷] ro-geu-a-ut n. đăng xuất, thoát

□ **가입** [가입] ga-ip n. việc đăng ký

□ **탈퇴** [탈퇴/탈퉤] tal-toe/tal-twe xóa tài khoản

□ **계정** [계:정/게:정] gye-jeong/ge-jeong n. tài khoản

□ **웹 사이트** [웹 사이트] wep sa-i-teu trang web

□ **홈페이지** [홈페이지] hom-pe-i-ji n. trang chủ

□ **브라우저** [브라우저] beu-ra-u-jeo n. trình duyệt

□ **검색** [검:색] geom-saek n. việc tìm kiếm

  □ **검색창** [검:색창] geom-saek-chang n. khung tìm kiếm

  □ **주소창** [주:소창] ju-so-chang thanh địa chỉ

  □ **웹 서핑** [웹 서핑] wep seo-ping lướt web

□ **아이디** [아이디] a-i-di n. tài khoản, ID

□ **비밀번호** [비:밀번호] bi-mil-beon-ho n. mật khẩu

□ **컴퓨터** [컴퓨터] keom-pyu-teo n. máy tính

□ **데스크톱** [데스크톱] de-seu-keu-top n. máy tính bàn

  = **데스크톱 컴퓨터** [데스크톱 컴퓨터] de-seu-keu-top keom-pyu-teo

  □ **노트북** [노트북] no-teu-buk n. máy tính xách tay

  = **노트북 컴퓨터** [노트북 컴퓨터] no-teu-buk keom-pyu-teo

  □ **태블릿** [태블릳] tae-beul-rit n. máy tính bảng

  = **태블릿 컴퓨터** [태블릳 컴퓨터] tae-beul-rit keom-pyu-teo

□ **모니터** [모니터] mo-ni-teo n. màn hình (máy tính)

  □ **액정** [액쩡] aek-jjeong n. màn hình tinh thể lỏng

  □ **화면** [화:면] hwa-myeon n. màn hình

  □ **바탕화면** [바탕화:면] ba-tang-hwa-myeon hình nền

□ **키보드** [키보드] ki-bo-deu n. bàn phím

  □ **단축키** [단축키] dan-chuk-ki n. phím tắt

□ **타이핑** [타이핑] ta-i-ping n. việc đánh máy

  □ **타이핑하다** [타이핑하다] ta-i-ping-ha-da v. đánh máy

□ **마우스** [마우스] ma-u-seu n. chuột

  □ **무선 마우스** [무선 마우스] mu-seon ma-u-seu chuột không dây

□ **마우스 패드** [마우스 패드] ma-u-seu pae-deu bàn di chuột

□ **클릭** [클릭] keul-rik n. cái nhấp chuột

열기 버튼을 클릭해 봐요.
yeol-gi beo-teu-neul keul-ri-kae bwa-yo
Anh thử nhấn vào nút mở nhé.

□ **헤드셋** [헤드셋] he-deu-set n. tai nghe

□ **하드디스크** [하드디스크] ha-deu-di-seu-keu ổ cứng

□ **디스크드라이브** [디스크드라이브] di-seu-keu-deu-ra-i-beu lưu trữ ổ đĩa

□ **램** [램] raem n. Ram (bộ nhớ truy xuất ngẫu nhiên)

= **랜덤액세스메모리** [랜덤액쎄스메모리] raen-deom-aek-sse-seu-me-mo-ri

□ **롬** [롬] rom n. Rom (bộ nhớ chỉ đọc)

= **고정기억장치** [고정기억짱치] go-jeong-gi-eok-jjang-chi

□ **프로그램** [프로그램] peu-ro-geu-raem n. chương trình

□ **오에스** [오에스] o-e-seu n. hệ điều hành

= **운영체제** [우:녕체제] u-nyeong-che-je

□ **설치** [설치] seol-chi n. việc cài đặt

□ **하드웨어** [하드웨어] ha-deu-we-eo n. phần cứng

□ **소프트웨어** [소프트웨어] so-peu-teu-we-oe n. phần mềm

□ **프린터** [프린터] peu-rin-teo n. máy in

□ **복사기** [복싸기] bok-ssa-gi n. máy phô tô

□ **스캐너** [스캐너] seu-kae-neo n. máy quét

□ **웹캠** [웹캠] wep-kaem n. web cam

□ **파일** [파일] pa-il **n.** tập tin, file

□ **폴더** [폴더] pol-deo **n.** thư mục

□ **저장** [저:장] jeo-jang **n.** việc lưu

□ **저장하다** [저:장하다] jeo-jang-ha-da **v.** lưu

어느 폴더에 저장했어요?
eo-neu pol-deo-e jeo-jang-hae-sseo-yo?
Bạn lưu vào thư mục nào?

□ **수정** [수정] su-jeong **n.** việc chỉnh sửa

□ **복사** [복싸] bok-ssa **n.** việc sao chép

= **카피** [카피] ka-pi

□ **붙여넣기** [부처너:키] bu-cheo-neo-ki dán

□ **삭제** [삭쩨] sak-jje **n.** việc xóa

□ **삭제하다** [삭쩨하다] sak-jje-ha-da **v.** xóa

= **지우다** [지우다] ji-u-da

= **제거하다** [제거하다] je-geo-ha-da

실수로 파일을 지웠어요.
sil-ssu-ro pa-i-reul ji-wo-sseo-yo
Tôi vô ý xóa file.

□ **공유** [공:유] gong-yu **n.** sự chia sẻ

□ **보안** [보:안] bo-an **n.** bảo mật

□ **차단** [차:단] cha-dan **n.** sự chặn

□ **바이러스** [바이러스] ba-i-reo-seu **n.** vi rút

□ **백신** [백신] baek-sin **n.** phầm mềm diệt vi rút

□ **에스엔에스** [에스엔에스] e-seu-en-e-seu n. mạng xã hội
= **소셜 네트워크 서비스** [소셜 네트워크 서비스]
so-syeol ne-teu-wo-keu seo-bi-seu

□ **블로그** [블로그] beul-ro-geu n. blog

□ **해커** [해커] hae-keo n. tin tặc

□ **피시방** [피시방] pi-si-bang n. phòng game

14. 이메일

Hội thoại hữu ích 실전 회화

김 상무 내 이메일 확인했나요?
nae i-mae-il hwa-gin haen-na-yo?
Em đã kiểm tra email của anh chưa?

이 대리 아니요. 아직이요.
a-ni-yo. a ji-gi-yo
Chưa ạ. Em vẫn chưa xem.

김 상무 그거 보면 답장 좀 해 주세요.
geu-geo bo-meon dap-jjang jom hae ju-se-yo
Em kiểm tra rồi trả lời cho anh nhé.

이 대리 네, 물론이지요. 곧 답 드릴게요.
ne, mul-ro-ni-ji-yo. got dap deu-ril-ge-yo
Dạ, em biết rồi ạ. Em sẽ trả lời ngay.

Luyện tập

Đọc và nối.

1. 가구 •	• âm nhạc
2. 가방 •	• ảnh
3. 과일 •	• đồ đạc
4. 사진 •	• giày dép
5. 신발 •	• hoa quả
6. 옷 •	• nhà
7. 운동 •	• quần áo
8. 음식 •	• sách
9. 음악 •	• sở thích
10. 집 •	• thể thao, vận động
11. 책 •	• thức ăn, đồ ăn
12. 취미 •	• túi

1. 가구 – đồ đạc 2. 가방 – túi 3. 과일 – hoa quả 4. 사진 – ảnh 5. 신발 – giày dép
6. 옷 – quần áo 7. 운동 – thể thao, vận động 8. 음식 – thức ăn, đồ ăn
9. 음악 – âm nhạc 10. 집 – nhà 11. 책 – sách 12. 취미 – sở thích

5장

Đời sống xã hội

Trường học 학교 hak-ggyo

□ **학교** [학꾜] hak-ggyo

n. trường, trường học

□ **유치원** [유치원] yu-chi-won

n. trường mẫu giáo

□ **초등학교** [초등학꾜] cho-deung-hak-ggyo

n. trường tiểu học

□ **중학교** [중학꾜] jung-hak-ggyo

n. trường trung học cơ sở

□ **고등학교** [고등학꾜] go-deung-hak-ggyo

n. trường trung học phổ thông

□ **대학교** [대:학꾜] dae-hak-ggyo

n. trường đại học

□ **입학** [이팍] i-pak

n. việc nhập học

□ **졸업** [조럽] jo-reop

n. việc tốt nghiệp

□ **출석** [출썩] chul-sseok

n. sự có mặt

□ **지각** [지각] ji-gak

n. việc đến muộn

□ **배우다** [배우다] bae-u-da v. học

□ **공부** [공부] gong-bu n. việc học

□ **학생** [학쌩] hak-ssaeng

n. học sinh

□ **결석** [결썩] gyeol-sseok

n. sự vắng mặt

□ **가르치다** [가르치다] ga-reu-chi-da

v. dạy

□ **교사** [교:사] gyo-sa

= **선생** [선생] seon-saeng

n. giáo viên

□ **수업** [수업] su-eop

= **강의** [강:의/강:이] gang-ui/gang-i

n. bài giảng, buổi học

□ **질문** [질문] jil-mun n. câu hỏi

□ **묻다** [묻:따] mut-dda
= **물어보다** [무러보다] mu-reo-bo-da
v. hỏi

□ **대답** [대:답] dae-dap
= **답** [답] dap
n. câu trả lời

□ **공책** [공책] gong-chaek
= **노트** [노트] no-teu
n. vở

□ **연필** [연필] yeon-pil
n. bút chì

□ **지우개** [지우개] ji-u-gae
n. tẩy

□ **필기** [필기] pil-gi
n. việc ghi chép

□ **숙제** [숙쩨] suk-jje n. bài tập

□ **과제** [과제] gwa-je n. bài tập

□ **제출** [제출] je-chul
n. việc nộp

□ **시험** [시험] si-heom

n. kỳ thi

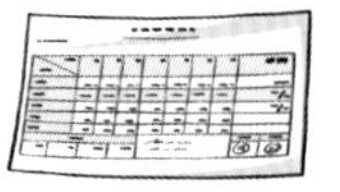

□ **성적** [성적] seong-jeok

n. kết quả thi, thành tích

□ **쉽다** [쉽:따] swip-dda

a. dễ

□ **어렵다** [어렵따] eo-ryeop-dda

a. khó

□ **합격** [합껵] hap-ggeok

n. việc đỗ

□ **평가** [평:까] pyeong-gga

n. việc đánh giá

□ **학위** [하귀] ha-gwi

n. học vị

□ **장학금** [장:학끔] jang-hak-ggeum

n. học bổng

□ **여름방학** [여름방학]

yeo-reum-bang-hak

kỳ nghỉ hè

□ **겨울방학** [겨울방학]

gyeo-ul-bang-hak

kỳ nghỉ đông

□ 학교 [학꾜] hak-ggyo n. trường, trường học

□ 유치원 [유치원] yu-chi-won n. trường mẫu giáo

□ 어린이집 [어리니집] eo-ri-ni-jip n. trường mầm non

□ 초등학교 [초등학꾜] cho-deung-hak-ggyo n. trường tiểu học

□ 중학교 [중학꾜] jung-hak-ggyo n. trường trung học cơ sở

□ 고등학교 [고등학꾜] go-deung-hak-ggyo n. trường trung học phổ thông
= 고교 [고교] go-gyo

□ 대학교 [대:학꾜] dae-hak-ggyo n. trường đại học

□ 대학 [대:학] dae-hak n. cao đẳng
= 단과대학 [단꽈대:학] dan-ggwa-dae-hak

□ 종합대학 [종합대:학] jong-hap-dae-hak trường đại học

□ 대학원 [대:하권] dae-ha-gwon n. cao học, sau đại học

□ 연구소 [연:구소] yeon-gu-so n. viện nghiên cứu

□ 학회 [하쾨/하퀘] ha-koe/ha-kwe n. hội nghiên cứu học thuật

□ 학원 [하권] ha-gwon n. trung tâm học thêm

□ 전공 [전공] jeon-gong n. chuyên ngành

□ 부전공 [부:전공] bu-jeon-gong n. chuyên ngành phụ

□ 입학 [이팍] i-pak n. việc nhập học
□ 입학식 [이팍씩] i-pak-ssik n. lễ đón tân học sinh (sinh viên)

□ 입학 허가 [이팍 허가] i-pak heo-ga việc được nhập học

□ 입학시험 [이팍씨험] i-pak-ssi-heom n. kỳ thi tuyển sinh

= 입시 [입씨] ip-ssi

□ 수능 [수능] su-neung n. kỳ thi đại học

= 대학 수학 능력 시험 [대:학 수학 능녁 시험]

dae-hak su-hak neung-nyeok si-heom

□ 졸업 [조럽] jo-reop n. việc tốt nghiệp

□ 졸업식 [조럽씩] jo-reop-ssik n. lễ tốt nghiệp

□ 출석 [출썩] chul-sseok n. sự có mặt

한 선생님이 출석 확인했어요?

han seon-saeng-ni-mi chul-sseok hwa-gin-hae-sseo-yo?

Thầy Han điểm danh chưa?

□ 결석 [결썩] gyeol-sseok n. sự vắng mặt

□ 지각 [지각] ji-gak n. việc đến muộn

□ 조퇴 [조:퇴/조:퉤] jo-toe/jo-twe n. việc về sớm

□ 등록 [등녹] deung-nok n. việc đăng ký

□ 신청 [신청] sin-cheong n. việc đăng ký

□ 수강 신청하다 [수강 신청하다] su-gang sin-cheong-ha-da

đăng ký môn học

□ 가르치다 [가르치다] ga-reu-chi-da v. dạy

□ 가르침 [가르침] ga-reu-chim n. việc dạy

tip. Nhiều người lẫn lộn '가르치다' và '가리키다[ga-ri-ki-da]'. '가르치다' có ý nghĩa là 'dạy'. Còn '가리키다' nghĩa là làm cho người ta nhìn thấy, nhận ra cái gì, bằng cách hướng tay hoặc vật dùng làm hiệu về phía cái ấy.

□ **배우다** [배우다] bae-u-da v. học

□ **학습** [학씁] hak-sseup n. việc học, học tập

□ **수업** [수업] su-eop n. bài giảng, buổi học

= **강의** [강:의/강:이] gang-ui/gang-i

□ **공부** [공부] gong-bu n. việc học

□ **자습** [자습] ja-seup n. việc tự học

□ **교사** [교:사] gyo-sa n. giáo viên

= **선생** [선생] seon-saeng → **tip.** Thêm '님' vào từ '선생' để thể hiện sự tôn trọng.

□ **교수** [교:수] gyo-su n. giáo sư, giảng viên

□ **부교수** [부:교수] bu-gyo-su n. phó giáo sư

□ **조교** [조:교] jo-gyo n. nhân viên giáo vụ

□ **강사** [강:사] gang-sa n. giảng viên, giáo viên

□ **시간강사** [시간강:사] si-gan-gang-sa giáo viên bán thời gian

□ **가정교사** [가정교사] ga-jeong-gyo-sa gia sư

□ **학생** [학쌩] hak-ssaeng n. học sinh

□ **제자** [제:자] je-ja n. học trò

□ **학우** [하구] ha-gu n. bạn cùng trường

□ **급우** [그부] geu-bu n. bạn cùng lớp

□ **신입생** [시닙쌩] si-nip-ssaeng n. tân học sinh, tân sinh viên

□ **재학생** [재:학쌩] jae-hak-ssaeng n. học sinh (sinh viên) đang theo học

□ **교실** [교:실] gyo-sil n. lớp học

□ **학년** [항년] hang-nyeon n. lớp, năm (học)

□ **반** [반] ban n. lớp

나는 2학년 3반이에요.
na-neun i-hang-nyeon sam-ba-ni-e-yo
Tôi học lớp 2-3.

tip. Ở Hàn Quốc, tên lớp thường được đánh theo số thứ tự 1, 2, 3, v.v..

□ **학기** [학끼] hak-ggi n. học kỳ

이번 학기에 몇 과목 들어요?
i-beon hak-ggi-e meot gwa-mok deu-reo-yo?
Học kỳ này bạn học mấy môn?

tip. Theo chương trình đào tạo của trường Hàn Quốc có hai học kỳ. Học kỳ 1 là từ tháng 3 đến tháng 8. Còn học kỳ 2 là từ tháng 9 đến tháng 2 năm sau.

□ **교육** [교:육] gyo-yuk n. giáo dục

□ **교육과정** [교:육과정] gyo-yuk-gwa-jeong chương trình đào tạo

= **교과과정** [교:과과정/교:꽈과정] gyo-gwa-gwa-jeong/gyo-ggwa-gwa-jeong

= **학과과정** [학꽈과정] hak-ggwa-gwa-jeong

□ **방과 후 교실** [방과 후 교실] bang-gwa hu gyo-sil chương trình ngoại khóa

□ **방과 후 돌보미** [방과 후 돌보미] bang-gwa hu dol-bo-mi người trông trẻ sau giờ học

□ **과외** [과외/과웨] gwa-oe/gwa-we n. việc học gia sư

= **과외수업** [과외수업/과웨수업] gwa-oe-su-eop/gwa-we-su-eop

□ **질문** [질문] jil-mun n. câu hỏi

□ **묻다** [묻:따] mut-dda v. hỏi

= **물어보다** [무러보다] mu-reo-bo-da

□ **대답** [대:답] dae-dap n. câu trả lời

= **답** [답] dap

□ **과목** [과목] gwa-mok **n.** môn học

□ **학과** [학꽈] hak-ggwa **n.** khoa

좋아하는 과목이 뭐예요?
jo-a-ha-neun gwa-mo-gi mwo-ye-yo?
Bạn thích môn học nào?

□ **국어** [구거] gu-geo **n.** quốc ngữ

□ **한국어** [한:구거] han-gu-geo **n.** tiếng Hàn

tip. '국어' nghĩa là ngôn ngữ của một nước.
Ở Hàn Quốc, '국어' nghĩa là tiếng Hàn.

□ **영어** [영어] yeong-eo **n.** tiếng Anh

□ **문학** [문학] mun-hak **n.** văn học

□ **수학** [수:학] su-hak **n.** toán

□ **숫자** [수:짜/숟:짜] su-jja/sut-jja **n.** số

= **수** [수:] su

□ **연산** [연:산] yeon-san **n.** phép tính

= **산수** [산:수] san-su

□ **계산** [계:산/게:산] gye-san/ge-san **n.** việc tính toán

= **셈** [셈:] sem

□ **과학** [과학] gwa-hak **n.** khoa học

□ **화학** [화:학] hwa-hak **n.** hóa học

□ **물리학** [물리학] mul-ri-hak **n.** vật lý học

□ **생물학** [생물학] saeng-mul-hak **n.** sinh học

□ **천문학** [천문학] cheon-mun-hak **n.** thiên văn học

□ **사회학** [사회학/사훼학] sa-hoe-hak/sa-hwe-hak n. xã hội học

□ **역사** [역싸] yeok-ssa n. lịch sử

□ **국사** [국싸] guk-ssa n. lịch sử quốc gia

tip. '국사' có ý nghĩa là 'lịch sử nước nhà', nên người Hàn Quốc gọi 'lịch sử Hàn Quốc' là '국사' hoặc '한국사 [한:국싸 han-guk-ssa]'.

□ **지리학** [지리학] ji-ri-hak n. địa lý học

□ **지질학** [지질학] ji-jil-hak n. địa chất học

□ **정치학** [정치학] jeong-chi-hak n. chính trị học

□ **경제학** [경제학] gyeong-je-hak n. kinh tế học

□ **회계학** [회:계학/훼:게학] hoe-gye-hak/hwe-ge-hak n. kế toán

□ **인문학** [인문학] in-mun-hak n. các ngành nhân văn

□ **심리학** [심니학] sim-ni hak n. tâm lý học

□ **철학** [철학] cheol-hak n. triết học

□ **윤리** [율리] yul-ri n. đạo đức

□ **음악** [으막] eu-mak n. âm nhạc

□ **미술** [미:술] mi-sul n. mỹ thuật

□ **체육** [체육] che-yuk n. thể dục

□ **칠판** [칠판] chil-pan n. bảng

□ **분필** [분필] bun-pil n. phấn

□ **칠판지우개** [칠판지우개] chil-pan-ji-u-gae n. giẻ lau bảng

□ **화이트보드** [화이트보드] hwa-i-teu-bo-deu n. bảng trắng

□ **펠트펜** [펠트펜] pel-teu-pen n. bút lông viết bảng

= **보드 마커** [보드 마커] bo-deu ma-keo

□ **책가방** [책까방] chaek-gga-bang **n.** cặp

□ **교과서** [교:과서/교:꽈서] gyo-gwa-seo/gyo-ggwa-seo **n.** sách giáo khoa

□ **공책** [공책] gong-chaek **n.** vở

= **노트** [노트] no-teu

□ **연필** [연필] yeon-pil **n.** bút chì

□ **색연필** [생년필] saeng-nyeon-pil **n.** bút chì màu

□ **볼펜** [볼펜] bol-pen **n.** bút bi

□ **만년필** [만:년필] man-nyeon-pil **n.** bút máy

□ **형광펜** [형광펜] hyeong-gwang-pen **n.** bút dạ quang

□ **사인펜** [사인펜] sa-in-pen **n.** bút lông màu

□ **지우개** [지우개] ji-u-gae **n.** tẩy

□ **수정액** [수정액] su-jeong-aek bút xóa

□ **수정 테이프** [수정 테이프] su-jeong te-i-peu băng xóa

□ **필기** [필기] pil-gi **n.** việc ghi chép

그는 필기를 정말 잘해요.
geu-neun pil-gi-reul jeong-mal jal-hae-yo
Anh ấy giỏi trong việc ghi chép.

□ **받아쓰기** [바다쓰기] ba-da-sseu-gi **n.** bài chính tả

□ **숙제** [숙쩨] suk-jje **n.** bài tập

□ **과제** [과제] gwa-je **n.** bài tập

□ **보고서** [보:고서] bo-go-seo **n.** bản báo cáo

= **리포트** [리포트] ri-po-teu

□ **제출** [제출] je-chul n. việc nộp

□ **시험** [시험] si-heom n. kỳ thi

□ **쪽지 시험** [쪽찌 시험] jjok-jji si-heom bài kiểm tra ngắn

□ **중간고사** [중간고사] jung-gan-go-sa n. thi giữa kỳ

□ **기말고사** [기말고사] gi-mal-go-sa n. thi cuối kỳ

기말고사가 2주 후에 있어요.
gi-mal-go-sa-ga i-ju hu-e i-sseo-yo
2 tuần sau là thi cuối kỳ.

□ **합격** [합껵] hap-ggeok n. việc đỗ

□ **불합격** [불합껵] bul-hap-ggeok n. việc trượt

□ **커닝** [커닝] keo-ning n. việc quay cóp

= **부정행위** [부정행위] bu-jeong-haeng-wi

□ **쉽다** [쉽:따] swip-dda a. dễ

□ **어렵다** [어렵따] eo-ryeop-dda a. khó

□ **평가** [평:까] pyeong-gga n. việc đánh giá

□ **결과** [결과] gyeol-gwa n. kết quả

□ **점수** [점쑤/점수] jeom-ssu/jeom-su n. điểm

□ **평균** [평균] pyeong-gyun n. trung bình

□ **학점** [학쩜] hak-jjeom n. tín chỉ

□ **성적** [성적] seong-jeok n. kết quả thi, thành tích

□ **성적표** [성적표] seong-jeok-pyo n. bảng điểm

tip. Nếu bạn phát âm [성:쩍 seong-jjeok] thì nó có ý nghĩa là 'điều liên quan đến giới tính của nam nữ'.

□ **자격증** [자격쯩] ja-gyeok-jjeung n. chứng chỉ

□ **학위** [하귀] ha-gwi n. học vị

□ **준학사** [준:학싸] jun-hak-ssa cử nhân thực hành, kỹ sư thực hành

□ **학사** [학싸] hak-ssa n. cử nhân

□ **석사** [석싸] seok-ssa n. thạc sĩ

□ **박사** [박싸] bak-ssa n. tiến sĩ

□ **장학금** [장:학끔] jang-hak-ggeum n. học bổng

□ **쉬는 시간** [쉬는 시간] swi-neun si-gan giờ giải lao

쉬는 시간은 10분이에요.
swi-neun si-ga-neun sip-bbu-ni-e-yo
Chúng ta nghỉ giảo lao 10 phút.

□ **방학** [방학] bang-hak n. kỳ nghỉ

□ **여름방학** [여름방학] yeo-reum-bang-hak kỳ nghỉ hè

□ **겨울방학** [겨울방학] gyeo-ul-bang-hak kỳ nghỉ đông

□ **봄방학** [봄방학] bom-bang-hak kỳ nghỉ xuân

□ **소풍** [소풍] so-pung n. dã ngoại

다음 주에 학교 소풍이 있어요.
da-eum ju-e hak-ggyo so-pung-i i-sseo-yo
Tuần sau trường mình đi dã ngoại.

□ **운동장** [운:동장] un-dong-jang n. sân chơi

□ **운동회** [운:동회/운:동훼] un-dong-hoe/un-dong-hwe n. ngày hội thể thao

□ **강당** [강:당] gang-dang n. giảng đường

□ **도서관** [도서관] do-seo-gwan n. thư viện

□ **과학실** [과학씰] gwa-hak-ssil phòng thí nghiệm

□ **음악실** [으막씰] eu-mak-ssil n. phòng học âm nhạc

□ **교복** [교:복] gyo-bok n. đồng phục học sinh

□ **급식** [급씩] geup-ssik n. bữa ăn học đường

□ **도시락** [도시락] do-si-rak n. cơm hộp

15. 시험 결과

Hội thoại hữu ích 회화

최지훈 시험을 잘 못 봤어.
si-heo-meul jal mot bwa-sseo
Mình làm bài thi không tốt.

이준서 나도 그래. 시험 결과가 만족스럽지 않아.
na-do geu-rae. si-heom gyeol-gwa-ga man-jok-sseu-reop-jji a-na
Mình cũng vậy, không hài lòng với kết quả thi.

최지훈 기말고사는 더 공부할 거야.
gi-mal-go-sa-neun deo gong-bu-hal ggeo-ya
Cuối kỳ mình phải làm tốt hơn.

이준서 나도. 우리 같이 공부하자!
na-do. u-ri ga-chi gong-bu-ha-ja!
Mình cũng vậy. Chúng ta học chung với nhau nhé!

Công việc & Nghề nghiệp 일 & 직업 il & ji-geop

□ **일** [일:] il

n. công việc

□ **일하다** [일:하다] il-ha-da

v. làm việc

□ **회사** [회:사/훼:사] hoe-sa/hwe-sa

n. công ty

□ **사무실** [사:무실] sa-mu-sil

n. văn phòng

□ **회사원** [회:사원/훼:사원] hoe-sa-won/hwe-sa-won

n. nhân viên công ty

□ **회의** [회:의/훼:이] hoe-ui/hwe-i

n. cuộc họp

□ **임금** [임:금] im-geum n. lương

□ **급여** [그벼] geu-byeo

n. tiền lương, tiền công

□ **상여금** [상여금] sang-yeo-geum

= **보너스** [보너스] bo-neo-seu

n. tiền thưởng

□ **출근** [출근] chul-geun

n. việc đi làm

□ **퇴근** [퇴:근/퉤:근] toe-geun/twe-geun

n. việc tan sở

□ **퇴직** [퇴:직/퉤:직] toe-jik/twe-jik

n. việc nghỉ hưu

□ **사직** [사직] sa-jik

n. việc thôi việc

□ **해고** [해:고] hae-go

n. việc sa thải

□ **휴가** [휴가] hyu-ga

n. nghỉ phép

□ **출산 휴가** [출싼 휴가]

chul-ssan hyu-ga

nghỉ thai sản

□ **구직** [구직] gu-jik

n. việc tìm việc

□ **구인** [구인] gu-in

n. việc tuyển người

□ **이력서** [이:력써] i-ryeok-sseo

n. sơ yếu lý lịch

□ **자기소개서** [자기소개서]

ja-gi-so-gae-seo

n. bản giới thiệu bản thân

□ **면접시험** [면:접씨험] myeon-jeop-ssi-heom

n. cuộc phỏng vấn

□ **직업** [지겁] ji-geop
n. nghề nghiệp

□ **의사** [의사] ui-sa
n. bác sĩ

□ **수의사** [수의사/수이사] su-ui-sa/su-i-sa
n. bác sĩ thú y

□ **간호사** [간호사] gan-ho-sa
n. y tá

□ **약사** [약싸] yak-ssa
n. dược sĩ

□ **교사** [교:사] gyo-sa
n. giáo viên

□ **건축가** [건:축까] geon-chuk-gga
n. kiến trúc sư

□ **프로그래머** [프로그래머] peu-ro-geu-rae-meo
n. lập trình viên

□ **기자** [기자] gi-ja
n. phóng viên, nhà báo

□ **판사** [판사] pan-sa
n. thẩm phán

□ **변호사** [변:호사] byeon-ho-sa n. luật sư

□ **검사** [검:사] geom-sa
n. kiểm sát viên, công tố viên

□ 비서 [비:서] bi-seo

n. thư ký

□ 정치가 [정치가]

jeong-chi-ga

n. nhà chính trị

□ 경찰 [경:찰]

gyeong-chal

n. cảnh sát

□ 소방관 [소방관]

so-bang-gwan

n. lính cứu hỏa

□ 엔지니어 [엔지니어]

en-ji-ni-eo

n. kỹ sư

□ 정비공 [정:비공]

jeong-bi-gong

n. thợ máy

□ 요리사 [요리사]

yo-ri-sa

n. đầu bếp

□ 제빵사 [제:빵사]

je-bbang-sa

n. thợ làm bánh

□ 식당 종업원 [식땅 종어뷘]

sik-ddang jong-eo-bwon

nhân viên phục vụ nhà hàng

□ 미용사 [미:용사]

mi-yong-sa

n. thợ cắt tóc

□ 농부 [농부] nong-bu

n. nông dân

□ 어부 [어부] eo-bu

n. ngư dân

□ **일** [일:] il n. công việc

□ **업무** [엄무] eom-mu n. công việc, nghiệp vụ

□ **근무** [근:무] geun-mu n. sự làm việc

□ **일중독** [일:중독] il-jung-dok n. nghiện công việc

무슨 일 하세요?
mu-seun il ha-se-yo?
Bạn làm nghề gì?

□ **일하다** [일:하다] il-ha-da v. làm việc

□ **회사** [회:사/훼:사] hoe-sa/hwe-sa n. công ty

□ **사무실** [사:무실] sa-mu-sil n. văn phòng

□ **회사원** [회:사원/훼:사원] hoe-sa-won/hwe-sa-won n. nhân viên công ty

□ **신입 사원** [시닙 사원] si-nip sa-won nhân viên mới

□ **야근** [야:근] ya-geun n. việc làm thêm giờ

□ **잔업** [자넙] ja-neop n. tăng ca

□ **출장** [출짱] chul-jjang n. chuyến đi công tác

□ **회의** [회:의/훼:이] hoe-ui/hwe-i n. cuộc họp

□ **회의실** [회:의실/훼:이실] hoe-ui-sil/hwe-i-sil n. phòng họp

□ **주제** [주제] ju-je n. đề tài

□ **안건** [안:껀] an-ggeon n. vụ việc, vấn đề

□ **발표** [발표] bal-pyo n. buổi thuyết trình

오늘 발표 준비 다 됐어요?
o-neul bal-pyo jun-bi da dwae-sseo-yo?
Anh chuẩn bị cho buổi thuyến trình hôm nay chưa?

□ **서류** [서류] seo-ryu **n.** tài liệu

= **문서** [문서] mun-seo

□ **부서** [부서] bu-seo **n.** bộ phận

□ **총무부** [총:무부] chong-mu-bu **n.** phòng tổng hợp

□ **경리부** [경니부] gyeong-ni-bu **n.** phòng kế toán

□ **인사부** [인사부] in-sa-bu phòng nhân sự

□ **영업부** [영업뿌] yeong-eop-bbu **n.** phòng kinh doanh

□ **홍보부** [홍보부] hong-bo-bu phòng PR

□ **구매부** [구매부] gu-mae-bu **n.** phòng thu mua

안녕하세요. AB사 영업부의 김호찬입니다.
an-nyeong-ha-se-yo. e-i-bi-sa yeong-eop-bbu-e gim-ho-chan-im-ni-da
Xin chào. Tôi là Kim Ho-chan, nhân viên phòng kinh doanh của công ty AB.

□ **상사** [상:사] sang-sa **n.** sếp

□ **부하** [부하] bu-ha **n.** cấp dưới

□ **동료** [동뇨] dong-nyo **n.** đồng nghiệp

□ **지위** [지위] ji-wi **n.** chức vị

□ **회장** [회:장/훼:장] hoe-jang/hwe-jang **n.** chủ tịch

□ **부회장** [부:회장/부:훼장] bu-hoe-jang/bu-hwe-jang **n.** phó chủ tịch

□ **사장** [사장] sa-jang **n.** giám đốc

□ **부사장** [부:사장] bu-sa-jang **n.** phó giám đốc

□ **이사** [이:사] i-sa **n.** giám đốc điều hành

tip. Chức vụ trong công ty Hàn Quốc rất đa dạng. Khi gọi một người nào đó trong công ty, người Hàn Quốc thường thêm hậu tố '님' sau chức vụ.

□ **부장** [부:장] bu-jang n. trưởng bộ phận

　□ **차장** [차장] cha-jang n. phó trưởng bộ phận

　□ **과장** [과장] gwa-jang n. trưởng phòng

　□ **대리** [대:리] dae-ri n. phó phòng

　□ **사원** [사원] sa-won n. nhân viên

□ **승진** [승진] seung-jin n. sự thăng chức

□ **임금** [임:금] im-geum n. lương

□ **최저임금** [최저임:금] choe-jeo-im-geum lương tối thiểu

□ **봉급** [봉:급] bong-geup n. lương

　□ **월급** [월급] wol-geup n. lương tháng

□ **연봉** [연봉] yeon-bong n. lương năm

□ **급여** [그벼] geu-byeo n. tiền lương, tiền công

□ **실수령액** [실쑤령액] sil-ssu-ryeong-aek lương thực lĩnh

□ **기본급** [기본급] gi-bon-geup n. lương cơ bản

□ **상여금** [상여금] sang-yeo-geum n. tiền thưởng

　= **보너스** [보너스] bo-neo-seu

□ **수당** [수당] su-dang n. phụ cấp

□ **출장 수당** [출짱 수당] chul-jjang su-dang phụ cấp công tác

□ **야근 수당** [야근 수당] ya-geun su-dang phụ cấp làm thêm giờ

　급여 및 수당은 조정 가능해요.
　geu-byeo mit su-dang-eun jo-jeong ga-neung-hae-yo
　Lương và phụ cấp có thể thỏa thuận được.

□ **세금** [세:금] se-geum n. thuế

□ **고용 보험** [고용 보험] go-yong bo-heom bảo hiểm lao động

□ **건강 보험** [건강 보험] geon-gang bo-heom bảo hiểm y tế

□ **공제** [공:제] gong-je n. việc khấu trừ

□ (임금을) **인상하다** [인상하다] in-sang-ha-da v. tăng lương

□ (임금을) **삭감하다** [삭깜하다] sak-ggam-ha-da v. cắt giảm lương

□ (임금을) **동결하다** [동:결하다] dong-gyeol-ha-da v. giữ mức lương

□ **출근** [출근] chul-geun n. việc đi làm

□ **퇴근** [퇴:근/퉤:근] toe-geun/twe-geun n. việc tan sở

□ **출퇴근** [출퇴근/출퉤근] chul-toe-geun/chul-twe-geun n. việc đi làm và về nhà

8시까지 출근해야 해요.
yeo-deol-si-gga-ji chul-geun-hae-ya hae-yo
Tôi phải đến công ty lúc 8 giờ.

□ **퇴직** [퇴:직/퉤:직] toe-jik/twe-jik n. việc về hưu

= **은퇴** [은퇴/은퉤] eun-toe/eun-twe

□ **사직** [사직] sa-jik n. việc thôi việc

□ **명예퇴직** [명예퇴직/명예퉤직] myeong-ye-toe-jik/myeong-ye-twe-jik n. việc nghỉ hưu non

= **명퇴** [명퇴/명퉤] myeong-toe/myeong-twe

= **희망퇴직** [히망퇴직/히망퉤직] hi-mang-toe-jik/hi-mang-twe-jik

□ **퇴직금** [퇴:직끔/퉤:직끔] toe-jik-ggeum/twe-jik-ggeum n. lương hưu

□ **파업** [파:업] pa-eop n. cuộc đình công

□**해고** [해:고] hae-go n. việc sa thải

□**휴가** [휴가] hyu-ga n. nghỉ phép

□**유급 휴가** [유:급 휴가] yu-geup hyu-ga nghỉ phép có lương

□**무급 휴가** [무급 휴가] mu-geup hyu-ga nghỉ phép không lương

□**출산 휴가** [출싼 휴가] chul-ssan hyu-ga nghỉ thai sản

□**병가** [병:가] byeong-ga n. nghỉ ốm

나은 씨는 휴가 중이에요.
na-eun ssi-neun hyu-ga jung-i-e-yo
Chị Na Eun đang nghỉ phép.

□**직업** [지겁] ji-geop n. nghề nghiệp

□**의사** [의사] ui-sa n. bác sĩ

□**치과의사** [치꽈의사/치꽈이사] chi-ggwa-ui-sa/chi-ggwa-i-sa nha sĩ

□**수의사** [수의사/수이사] su-ui-sa/su-i-sa n. bác sĩ thú y

□**간호사** [간호사] gan-ho-sa n. y tá

□**약사** [약싸] yak-ssa n. dược sĩ

□**교사** [교:사] gyo-sa n. giáo viên

□**건축가** [건:축까] geon-chuk-gga n. kiến trúc sư

□**프로그래머** [프로그래머] peu-ro-geu-rae-meo n. lập trình viên

□**기자** [기자] gi-ja n. phóng viên, nhà báo

□**편집자** [편집짜] pyeon-jip-jja n. biên tập viên

= **편집인** [편지빈] pyeon-ji-bin

□ **디자이너** [디자이너] di-ja-i-neo n. nhà thiết kế

□ **사진작가** [사진작까] sa-jin-jak-gga n. nhiếp ảnh gia

□ **판사** [판사] pan-sa n. thẩm phán

　□ **변호사** [변:호사] byeon-ho-sa n. luật sư

　□ **검사** [검:사] geom-sa n. kiểm sát viên, công tố viên

□ **회계사** [회:계사/훼:게사] hoe-gye-sa/hwe-ge-sa n. kế toán

□ **비서** [비:서] bi-seo n. thư ký

□ **정치가** [정치가] jeong-chi-ga n. nhà chính trị

　= **정치인** [정치인] jeong-chi-in

□ **경찰** [경:찰] gyeong-chal n. cảnh sát

　= **경찰관** [경:찰관] gyeong-chal-gwan

□ **소방관** [소방관] so-bang-gwan n. lính cứu hỏa

□ **우편집배원** [우편집빼원] u-pyeon-jip-bbae-won n. nhân viên bưu điện

　= **우편배달부** [우편배달부] u-pyeon-bae-dal-bu

□ **엔지니어** [엔지니어] en-ji-ni-eo n. kỹ sư

□ **정비공** [정:비공] jeong-bi gong n. thợ máy

　= **정비사** [정:비사] jeong-bi-sa

□ **배관공** [배:관공] bae-gwan-gong n. thợ sửa ống nước

□ **요리사** [요리사] yo-ri-sa n. đầu bếp

□ **주방장** [주방장] ju-bang-jang n. bếp trưởng

□ **제빵사** [제:빵사] je-bbang-sa n. thợ làm bánh

□ **조종사** [조종사] jo-jong-sa **n.** phi công

= **파일럿** [파일럳] pa-il-reot

□ **승무원** [승무원] seung-mu-won **n.** tiếp viên hàng không

□ **스튜어드** [스튜어드] seu-tyu-eo-deu **n.** tiếp viên hàng không nam

□ **스튜어디스** [스튜어디스] seu-tyu-eo-di-seu **n.** tiếp viên hàng không nữ

□ **상인** [상인] sang-in **n.** người buôn bán, thương nhân

□ **점원** [점:원] jeom-won **n.** nhân viên bán hàng

= **판매원** [판매원] pan-mae-won

□ **식당 종업원** [식땅 종어뷘] sik-ddang jong-eo-bwon

nhân viên phục vụ nhà hàng

□ **미용사** [미:용사] mi-yong-sa **n.** thợ cắt tóc

□ **플로리스트** [플로리스트] peul-ro-ri-seu-teu thợ cắm hoa

□ **농부** [농부] nong-bu **n.** nông dân

□ **어부** [어부] eo-bu **n.** ngư dân

□ **구직** [구직] gu-jik **n.** việc tìm việc

□ **구인** [구인] gu-in **n.** việc tuyển người

□ **지원** [지원] ji-won **n.** việc xin việc

□ **이력서** [이:력써] i-ryeok-sseo **n.** sơ yếu lý lịch

□ **자기소개서** [자기소개서] ja-gi-so-gae-seo **n.** bản giới thiệu bản thân

= **자소서** [자소서] ja-so-seo

□ **프로필** [프로필] peu-ro-pil **n.** lý lịch cá nhân

이력서는 이메일로 보내 주세요.
i-ryeok-sseo-neun i-me-il-ro bo-nae ju-se-yo
Gửi sơ yếu lý lịch qua email cho tôi nhé.

□ **경력** [경녁] gyeong-nyeok **n.** kinh nghiệm

□ **학력** [항녁] hang-nyeok **n.** học lực

□ **필기시험** [필기시험] pil-gi-si-heom **n.** bài thi viết

□ **면접시험** [면:접씨험] myeon-jeop-ssi-heom **n.** cuộc phỏng vấn

= **면접** [면:접] myeon-jeop

언제 면접을 보나요?
eon-je myeon-jeo-beul bo-na-yo?
Khi nào bạn đi phỏng vấn?

Hội thoại hữu ích 회화

김미나 추석 보너스를 받았어.
chu-seok bo-neo-seu-reul ba-da-sseo
Tôi nhận được tiền thưởng tết Trung thu.

이준서 잘됐다! 나도 그랬으면 좋겠네.
jal-dwaet-dda! na-do geu-rae-sseu-myeon jo-ket-ne
Tuyệt quá! Giá mà tôi cũng được như vậy.

김미나 너는 못 받았어?
neo-neun mot ba-da-sseo?
Bạn không được nhận hả?

이준서 응. 우리 사장님은 올해 보너스를 없앴거든.
eung. u-ri sa-jang-ni-meun ol-hae bo-neo-seu-reul eop-ssaet-ggeo-deun
Ừ. Năm nay sếp cắt thưởng rồi.

Quán ăn & Quán cà phê 음식점 & 카페 eum-sik-jjeom & ka-pe

□ 음식점 [음:식쩜] eum-sik-jjeom

= 식당 [식땅] sik-ddang

n. quán ăn, nhà hàng

□ 카페 [카페] ka-pe

= 커피숍 [커피숍] keo-pi-syop

n. quán cà phê

□ 요리 [요리] yo-ri

n. món ăn, nấu ăn

□ 메뉴판 [메뉴판] me-nyu-pan

n. thực đơn, menu

□ 예약 [예:약] ye-yak

n. việc đặt trước

□ 추천 [추천] chu-cheon

n. sự giới thiệu

□ (음식을) 주문하다 [주:문하다]

ju-mun-ha-da

v. gọi món

□ 테이크아웃 [테이크아욷] te-i-keu-a-ut

n. việc gói mang đi

□ 애피타이저 [애피타이저] ae-pi-ta-i-jeo
n. món khai vị

□ 주요리 [주요리] ju-yo-ri
n. món chính

□ 반찬 [반찬] ban-chan
n. món ăn kèm

□ 후식 [후:식] hu-sik
= 디저트 [디저트] di-jeo-teu
n. món tráng miệng

□ 밥 [밥] bap n. cơm

□ 비빔밥 [비빔빱] bi-bim-bbap
n. bibimbap, cơm trộn Hàn Quốc

□ 국 [국] guk n. canh

□ 미역국 [미역꾹] mi-yeok-gguk
n. canh rong biển

□ 찌개 [찌개] jji-gae
n. canh

□ 나물 [나물] na-mul
n. món rau trộn

□ 마른반찬 [마른반찬] ma-reun-ban-chan
n. món khô

□ 불고기 [불고기] bul-go-gi
n. bulgogi, thịt nướng

□ 스테이크 [스테이크] seu-te-i-keu
n. bò bít tết

□ 갈비 [갈비] gal-bi
n. sườn

□ 감자튀김 [감자튀김]
gam-ja-twi-gim
n. khoai tây chiên

□ 잡채 [잡채] jap-chae
n. jap-chae,
miến xào Hàn Quốc

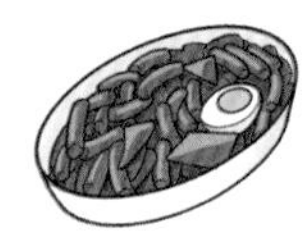

□ 떡볶이 [떡뽀끼]
ddeok-bbo-ggi
n. tteok-bokki,
bánh gạo xào cay

□ 아이스크림 [아이스크림]
a-i-seu-keu-rim
n. kem

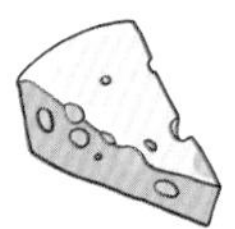

□ 치즈 [치즈] chi-jeu
n. pho mát

□ 초콜릿 [초콜릳]
cho-kol-rit
n. sô cô la

□ 사탕 [사탕] sa-tang
n. kẹo

□ 빵 [빵] bbang
n. bánh mì

□ 케이크 [케이크] ke-i-keu
n. bánh ga tô

□ 과자 [과자] gwa-ja
n. bánh kẹo

□ 음료 [음:뇨] eum-nyo
= 음료수 [음:뇨수]
eum-nyo-su
n. đồ uống

□ 커피 [커피] keo-pi
n. cà phê

□ 차 [차] cha

n. trà

□ 주스 [주스] ju-seu

n. nước ép

□ 탄산수 [탄:산수]

tan-san-su

n. nước khoáng có ga

□ 숟가락 [숟까락]

sut-gga-rak

n. thìa

□ 젓가락 [저까락/젇까락]

jeo-gga-rak/

jeot-gga-rak

n. đũa

□ 포크 [포크] po-keu

n. dĩa

□ 맛있다 [마딛따/마싣따]

ma-dit-dda/ma-sit-dda

a. ngon

□ 짜다 [짜다] jja-da

a. mặn

□ 달다 [달다] dal-da

a. ngọt

□ 맵다 [맵따] maep-dda

a. cay

□ 시다 [시다] si-da

a. chua

□ 쓰다 [쓰다] sseu-da

a. đắng

□ **음식점** [음:식쩜] eum-sik-jjeom **n.** quán ăn, nhà hàng

= **식당** [식땅] sik-ddang

= **레스토랑** [레스토랑] re-seu-to-rang

이 근처에 맛있는 음식점 있어요?
i geun-cheo-e ma-din-neun eum-sik-jjeom i-seo-yo?
Ở gầy đây có quán ăn ngon không?

□ **카페** [카페] ka-pe **n.** quán cà phê

= **커피숍** [커피숍] keo-pi-syop

= **찻집** [차찝/찯찝] cha-jjip/chat-jjip

= **다방** [다방] da-bang → **tip.** '다방' là từ cũ.

□ **요리** [요리] yo-ri **n.** món ăn, nấu ăn

□ **메뉴판** [메뉴판] me-nyu-pan **n.** thực đơn, menu

= **메뉴** [메뉴] me-nyu

= **차림표** [차림표] cha-rim-pyo

메뉴판 좀 보여 주세요.
me-nyu-pan jom bo-yeo ju-se-yo
Cho tôi xem menu.

□ **오늘의 메뉴** [오느릐 메뉴/오느레 메뉴] o-neu-rui me-nyu/o-neu-re me-nyu
món đặc biệt trong ngày

□ **특선 메뉴** [특썬 메뉴] teuk-sseon me-nyu món đặc biệt

이곳의 특선 메뉴는 무엇인가요?
i-go-se teuk-sseon me-nyu-neun mu-eo-sin-ga-yo?
Món đặc biệt ở đây là gì?

□ **예약** [예:약] ye-yak **n.** việc đặt trước

□ **추천** [추천] chu-cheon **n.** sự giới thiệu

□ (음식을) 주문하다 [주:문하다] ju-mun-ha-da v. gọi món

주문을 하시겠어요?
ju-mu-neul ha-si-ge-sseo-yo?
Anh gọi món gì ạ?

□ 포장 [포장] po-jang n. việc đóng gói

□ 테이크아웃 [테이크아욷] te-i-keu-a-ut n. việc gói mang đi

□ 식자재 [식짜재] sik-jja-jae n. nguyên liệu

= 음식 재료 [음:식 재료] eum-sik jae-ryo

□ 애피타이저 [애피타이저] ae-pi-ta-i-jeo n. món khai vị

= 전채 [전채] jeon-chae

= 오르되브르 [오르되브르] o-reu-doe-beu-reu

□ 주요리 [주요리] ju-yo-ri n. món chính

= 주메뉴 [주메뉴] ju-me-nyu

□ 반찬 [반찬] ban-chan n. món ăn kèm

= 사이드 메뉴 [사이드 메뉴] sa-i-deu me-nyu

□ 후식 [후:식] hu-sik n. món tráng miệng

= 디저트 [디저트] di-jeo-teu

□ 밥 [밥] bap n. cơm

tip. Trong bữa ăn của người Hàn Quốc gồm có cơm và một số món ăn kèm như rau, món nướng, các loại mắm v.v.... Món canh và kim chi thì luôn luôn có nên không được xem là món ăn kèm.

□ 비빔밥 [비빔빱] bi-bim-bbap n. bibimbap, cơm trộn của Hàn Quốc

tip. Món này gồm có cơm với rau xào, tương ớt, thịt bò hoặc các loại thịt khác, thỉnh thoảng thêm trứng chiên.

□ **김밥** [김:밥/김:빱] gim-bap/gim-bbap

n. gimbap, cơm cuộn của Hàn Quốc

□ **김치** [김치] gim-chi n. kim chi, món ăn truyền thống của Hàn Quốc được làm từ rau muối và lên men với nhiều loại gia vị

□ **국** [국] guk n. canh

□ **미역국** [미역꾹] mi-yeok-gguk n. canh rong biển

tip. Phụ nữ Hàn Quốc thường ăn '미역국' sau khi sinh con. Vào ngày sinh nhật, người Hàn Quốc thường ăn canh rong biển vào buổi sáng để ghi nhớ công ơn người mẹ.

□ **소고기 뭇국** [소고기 무:꾹/소고기 묻:꾹]

so-go-gi mu-gguk/so-go-gi mut-gguk canh thịt bò củ cải

□ **탕** [탕] tang n./suf. canh

□ **삼계탕** [삼계탕/삼게탕] sam-gye-tang/sam-ge-tang n. canh gà hầm sâm

tip. Người Hàn Quốc ăn '삼계탕' để bổ dưỡng vào mùa hè nóng nực.

□ **설렁탕** [설렁탕] seol-reong-tang n. canh sườn bò

tip. '탕' là hậu tố, có ý nghĩa là được đun sôi lâu hơn '국'.
Ví dụ, '설렁탕 seol-reong-tang', '갈비탕 gal-bi-tang'.

□ **찌개** [찌개] jji-gae n. canh

□ **된장찌개** [된:장찌개/뒌:장찌개] doen-jang-jji-gae/dwen-jang-jji-gae

n. canh tương

□ **김치찌개** [김치찌개] gim-chi-jji-gae n. canh kim chi

□ **찜** [찜] jjim n. món hấp

□ **구이** [구이] gu-i n. món nướng

□ **마른반찬** [마른반찬] ma-reun-ban-chan n. món khô

tip. '마른반찬' là món được làm từ cá cơm khô, mực khô và rong biển khô v.v..

□ **나물** [나물] na-mul n. món rau trộn

□ **조림** [조림] jo-rim n. món kho

□ **젓갈** [젇깔] jeot-ggal n. mắm

□ **전** [전:] jeon n. bánh xèo Hàn Quốc

= **부침개** [부침개] bu-chim-gae

= **지짐이** [지지미] ji-ji-mi

□ **불고기** [불고기] bul-go-gi n. bulgogi, thịt nướng

□ **갈비** [갈비] gal-bi n. sườn

□ **수프** [수프] su-peu n. súp

□ **샐러드** [샐러드] sael-reo-deu n. sa lát

□ **소시지** [소시지] so-si-ji n. xúc xích

□ **감자튀김** [감자튀김] gam-ja-twi-gim n. khoai tây chiên

□ **잡채** [잡채] jap-chae n. jap-chae, miến xào Hàn Quốc

□ **떡볶이** [떡뽀끼] ddeok-bbo-ggi n. tteok-bokki, bánh gạo xào cay

□ **조개** [조개] jo-gae n. ngao

□ **홍합** [홍합] hong-hap n. vẹm xanh

□ **굴** [굴] gul n. hàu

= **석화** [서콰] seo-kwa

□ **꼬막** [꼬막] ggo-mak n. sò huyết

□ **바지락** [바지락] ba-ji-rak n. nghêu Nhật

□ **모시조개** [모시조개] mo-si-jo-gae n. ngao đen

□ **전복** [전복] jeon-bok **n.** bào ngư

□ **바닷가재** [바다까재/바닫까재] ba-da-gga-jae/ba-dat-gga-jae **n.** tôm hùm

= **랍스터** [랍쓰터] rap-sseu-teo

□ **버섯** [버섣] beo-seot **n.** nấm

□ **표고** [표고] pyo-go **n.** nấm đông cô

□ **송이버섯** [송이버섣] song-i-beo-seot **n.** nấm tùng nhung

□ **양송이** [양송이] yang-song-i **n.** nấm mỡ

□ **느타리** [느타리] neu-ta-ri **n.** nấm bào ngư

□ **팽이버섯** [팽이버섣] paeng-i-beo-seot **n.** nấm kim châm

tip. '표고, 양송이, 느타리' có thể gọi là '표고버섯, 양송이버섯, 느타리버섯'.

□ **요구르트** [요구르트] yo-gu-reu-teu **n.** sữa chua uống

□ **아이스크림** [아이스크림] a-i-seu-keu-rim **n.** kem

□ **치즈** [치즈] chi-jeu **n.** pho mát

□ **초콜릿** [초콜릳] cho-kol-rit **n.** sô cô la

□ **사탕** [사탕] sa-tang **n.** kẹo

□ **빵** [빵] bbang **n.** bánh mì

□ **마늘빵** [마늘빵] ma-neul-bbang **n.** bánh mì bơ tỏi

□ **바게트** [바게트] ba-ge-teu **n.** bánh mì Pháp

□ **크루아상** [크루아상] keu-ru-a-sang **n.** bánh sừng bò

□ **소보로빵** [소보로빵] so-bo-ro-bbang **n.** bánh mì bơ đậu phộng

= **곰보빵** [곰:보빵] gom-bo-bbang

□ **크림빵** [크림빵] keu-rim-bbang **n.** bánh ngọt nhân kem

□ **팥빵** [팓빵] pat-bbang **n.** bánh ngọt nhân đậu đỏ

□ **고로케** [고로케] go-ro-ke n. bánh korokke

= **크로켓** [크로켇] keu-ro-ket

□ **카스텔라** [카스텔라] ka-seu-tel-ra n. bánh bông lan

□ **토스트** [토스트] to-seu-teu n. bánh mì nướng

□ **샌드위치** [샌드위치] saen-deu-wi-chi n. bánh mì kẹp

□ **케이크** [케이크] ke-i-keu n. bánh ga tô

□ **스펀지케이크** [스펀지케이크] seu-peon-ji-ke-i-keu n. bánh bông lan

□ **팬케이크** [팬케이크] paen-ke-i-keu n. bánh nướng chảo

= **핫케이크** [핟케이크] hat-ke-i-keu

□ **과자** [과자] gwa-ja n. bánh kẹo

□ **쿠키** [쿠키] ku-ki n. bánh quy

□ **비스킷** [비스킫] bi-seu-kit n. bánh quy

□ **음료** [음:뇨] eum-nyo n. đồ uống

= **음료수** [음:뇨수] eum-nyo-su

□ **커피** [커피] keo-pi n. cà phê

tip. Người Hàn Quốc thích uống americano (아메리카노 [a-me-ri-ka-no]) và cappuccino (카푸치노 [ka-pu-chi-no]).

□ **아이스커피** [아이스커피] a-i-seu-keo-pi n. cà phê đá

= **냉커피** [냉커피] naeng-keo-pi

□ **에스프레소** [에스프레소] e-seu-peu-re-so n. espresso

□ **카페라테** [카페라테] ka-pe-ra-te n. caffe latte

□ **카페모카** [카페모카] ka-pe-mo-ka n. mocha

□ **캐러멜마키아토** [캐러멜마키아토] kae-reo-mel-ma-ki-a-to n. caramel macchiato

커피 한잔하면서 얘기해요.
keo-pi han-jan-ha-myeon-seo yae-gi-hae-yo
Chúng ta vừa uống cà phê vừa nói chuyện đi.

□ 차 [차] cha n. trà

□ 홍차 [홍차] hong-cha n. trà đen

□ 녹차 [녹차] nok-cha n. trà xanh

□ 허브차 [허브차] heo-beu-cha n. trà thảo mộc

□ 인삼차 [인삼차] in-sam-cha n. trà sâm

□ 생강차 [생강차] saeng-gang-cha n. trà gừng

□ 대추차 [대:추차] dae-chu-cha n. trà táo đỏ

커피보다 차를 좋아해요.
keo-pi-bo-da cha-reul jo-a-hae-yo
Tôi thích uống trà hơn cà phê.

□ 주스 [주스] ju-seu n. nước ép

□ 오렌지주스 [오렌지주스] o-ren-ji-ju-seu n. nước cam

□ 레모네이드 [레모네이드] re-mo-ne-i-deu n. nước chanh

□ 탄산수 [탄:산수] tan-san-su n. nước khoáng có ga

= 소다수 [소다수] so-da-su

□ 탄산음료 [탄:사늠뇨] tan-sa-neum-nyo n. đồ uống có ga

□ 콜라 [콜라] kol-ra n. cô ca

□ 사이다 [사이다] sa-i-da n. Sprite, 7UP

□ 술 [술] sul n. rượu

□ 샴페인 [샴페인] syam-pe-in n. rượu sâm panh

□ 맥주 [맥쭈] maek-jju n. bia

저 술집에 가서 맥주 한잔합시다!
jeo sul-jji-be ga-seo maek-jju han-jan-hap-ssi-da!
Chúng ta đi uống bia ở quán bia đó đi!

□ 양주 [양주] yang-ju n. rượu mạnh

□ 위스키 [위스키] wi-seu-ki n. rượu whisky

□ 포도주 [포도주] po-do-ju n. rượu vang

= 와인 [와인] wa-in

□ 소주 [소주] so-ju n. soju

□ 막걸리 [막껄리] mak-ggeol-ri n. rượu gạo

□ 동동주 [동동주] dong-dong-ju n. rượu gạo

tip. '막걸리' và '동동주' đều là rượu truyền thống Hàn Quốc được làm bằng gạo.

□ 얼음 [어름] eo-reum n. đá

□ 컵 [컵] keop n. cốc

□ 유리컵 [유리컵] yu-ri-keop n. cốc thủy tinh

= 유리잔 [유리잔] yu-ri-jan

□ 찻잔 [차짠/찯짠] cha-jjan/chat-jjan n. cốc uống trà

□ 빨대 [빨때] bbal-ddae n. ống hút

□ 계산서 [계:산서/게:산서] gye-san-seo/ge-san-seo n. hóa đơn

□ 팁 [팁] tip n. tiền boa

= 봉사료 [봉:사료] bong-sa-ryo

tip. Hàn Quốc không có văn hóa tiền boa nên du khách không cần cho tiền boa.

□ 냅킨 [냅킨] naep-kin n. giấy ăn

□ 수저 [수저] su-jeo n. thìa và đũa

□ 숟가락 [숟까락] sut-gga-rak n. thìa

= 숟갈 [숟깔] sut-ggal

□ 찻숟가락 [차숟까락/찯숟까락] cha-ssut-gga-rak/chat-ssut-gga-rak

n. thìa khuấy trà

= 티스푼 [티스푼] ti-seu-pun

□ 젓가락 [저까락/젇까락] jeo-gga-rak/jeot-gga-rak n. đũa

= 젓갈 [저깔/젇깔] jeo-ggal/jeot-ggal

□ 나이프 [나이프] na-i-peu n. dao ăn

□ 포크 [포크] po-keu n. dĩa

□ 맛 [맏] mat n. vị

□ 맛보다 [맏뽀다] mat-bbo-da v. nếm

□ 맛있다 [마딛따/마싣따] ma-dit-dda/ma-sit-dda a. ngon

□ 맛없다 [마덥따] ma-deop-dda a. dở

□ 짜다 [짜다] jja-da a. mặn

□ 짭짤하다 [짭짤하다] jjap-jjal-ha-da a. mằn mặn

□ 달다 [달다] dal-da a. ngọt

□ 달콤하다 [달콤하다] dal-kom-ha-da a. ngọt dịu

좀 단 것 같아요.
jom dan geot ga-ta-yo
Món này hơi ngọt với tôi.

□ 시다 [시다] si-da a. chua

□ 새콤하다 [새콤하다] sae-kom-ha-da a. chua chua

□ 쓰다 [쓰다] sseu-da a. đắng

□ 씁쓸하다 [씁쓸하다] sseup-sseul-ha-da a. hơi đắng, nhẫn

□ 맵다 [맵따] maep-dda a. cay

□ 매콤하다 [매콤하다] mae-kom-ha-da a. cay cay

너무 맵지 않게 해 주세요.
neo-mu maep-jji an-ke hae ju-se-yo
Đừng làm quá cay cho tôi.

□ **담백하다** [담:배카다] dam-bae-ka-da a. thanh đạm

□ **싱겁다** [싱겁따] sing-geop-dda a. nhạt

맛이 담백해요.
ma-si dam-bae-kae-yo
Vị thanh đạm.

맛이 싱거워요.
ma-si sing-geo-wo-yo
Món này hơi nhạt.

17. 음식 주문

□ **느끼하다** [느끼하다] neu-ggi-ha-da
a. ngấy

Hội thoại hữu ích 회화

김미나 오늘의 메뉴는 뭐예요?
o-neu-re me-nyu-neun mwo-ye-yo?
Menu hôm nay có món gì?

종업원 불고기덮밥입니다.
bul-go-gi-deop-bba-bim-ni-da
Cơm với bulgogi (thịt bò xào Hàn Quốc) ạ.

이준서 파전과 막걸리 한 병도 주세요.
pa-jeon-gwa mak-ggeol-ri han byeong-do ju-se-yo
Cho tôi một phần bánh xèo hành với một chai rượu gạo.

종업원 알겠습니다. 곧 가져올게요.
al-get-sseum-ni-da. got ga-jeo-ol-ge-yo
Vâng. Em sẽ mang ra ngay.

Cửa hàng 상점 sang-jeom

□ 상점 [상점] sang-jeom
= 가게 [가:게] ga-ge
n. cửa hàng, tiệm

□ 시장 [시:장] si-jang
n. chợ

□ 벼룩시장 [벼룩씨장] byeo-ruk-ssi-jang
n. chợ trời

□ 슈퍼마켓 [슈퍼마켇] syu-peo-ma-ket
= 슈퍼 [슈퍼] syu-peo
n. siêu thị

□ 백화점 [배콰점] bae-kwa-jeom
n. trung tâm thương mại

□ 편의점 [펴늬점/펴니점] pyeo-nui-jeom/pyeo-ni-jeom
n. cửa hàng tiện lợi

□ 구입 [구입] gu-ip n. việc mua

□ 사다 [사다] sa-da v. mua

□ 판매 [판매] pan-mae n. việc bán

□ 팔다 [팔다] pal-da v. bán

□ 장보기 [장보기] jang-bo-gi
= 쇼핑 [쇼핑] syo-ping
n. việc mua sắm, việc đi chợ

□ 상품 [상품] sang-pum
= 물건 [물건] mul-geon
n. sản phẩm, hàng hóa

□ **계산대** [계:산대/게:산대]
gye-san-dae/ge-san-dae
n. quầy thu ngân

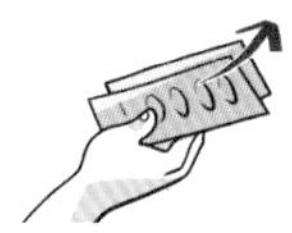

□ **지불하다** [지불하다] ji-bul-ha-da
= **내다** [내:다] nae-da
v. thanh toán

□ **바꾸다** [바꾸다] ba-ggu-da
v. đổi

□ **교환하다** [교환하다] gyo-hwan-ha-da
v. đổi

□ **비싸다** [비싸다] bi-ssa-da
a. đắt

□ **영수증** [영수증] yeong-su-jeung
n. hóa đơn

□ **신용카드** [시:뇽카드]
si-nyong-ka-deu
thẻ tín dụng

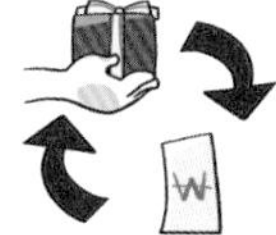

□ **환불** [환불] hwan-bul
n. việc hoàn tiền

□ **반품** [반:품] ban-pum
n. việc trả lại hàng

□ **싸다** [싸다] ssa-da
= **저렴하다** [저:렴하다]
jeo-ryeom-ha-da
a. rẻ

□ **빵집** [빵찝] bbang-jjip
n. cửa hàng bánh ngọt

□ **채소 가게** [채:소 가:게] chae-so ga-ge
cửa hàng rau

□ **과일 가게** [과:일 가:게] gwa-il ga-ge
cửa hàng hoa quả

□ **정육점** [정육쩜] jeong-yuk-jjeom
n. cửa hàng thịt

□ **생선 가게** [생선 가:게] saeng-seon ga-ge
cửa hàng hải sản tươi sống

□ **서점** [서점] seo-jeom
= **책방** [책빵] chaek-bbang
n. hiệu sách

□ **문방구** [문방구] mun-bang-gu
= **문구점** [문구점] mun-gu-jeom
n. cửa hàng văn phòng phẩm

□ **안경원** [안:경원] an-gyeong-won
= **안경점** [안:경점] an-gyeong-jeom
n. cửa hàng mắt kính

□ **옷 가게** [옫 가:게] ot ga-ge

cửa hàng quần áo

□ **신발 가게** [신발 가:게] sin-bal ga-ge

cửa hàng giày dép

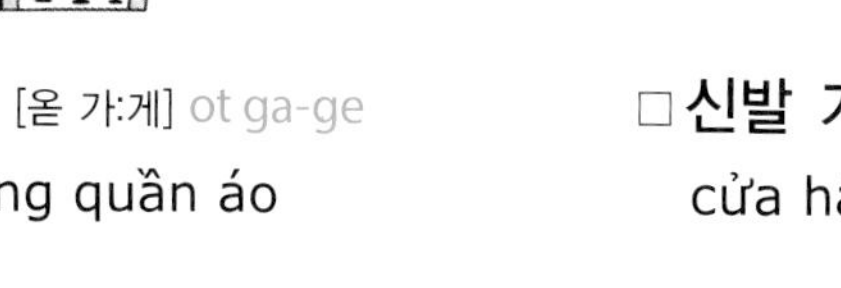

□ **화장품 가게** [화장품 가:게]

hwa-jang-pum ga-ge

cửa hàng mỹ phẩm

□ **세탁소** [세:탁쏘] se-tak-sso

n. tiệm giặt là

□ **미용실** [미:용실] mi-yong-sil

n. tiệm cắt tóc

□ **이발소** [이:발쏘] i-bal-sso

n. tiệm cắt tóc nam

□ **꽃집** [꼳찝] ggot-jjip

n. cửa hàng hoa

□ **공인중개소** [공인중개소]

gong-in-jung-gae-so

văn phòng môi giới bất động sản

□ **여행사** [여행사] yeo-haeng-sa

n. công ty du lịch

□ **상점** [상점] sang-jeom n. cửa hàng, tiệm

= **가게** [가:게] ga-ge

□ **구멍가게** [구멍가게] gu-meong-ga-ge n. cửa tiệm nhỏ

□ **시장** [시:장] si-jang n. chợ

□ **재래시장** [재:래시장] jae-rae-si-jang n. chợ truyền thống

□ **벼룩시장** [벼룩씨장] byeo-ruk-ssi-jang n. chợ trời

□ **쇼핑센터** [쇼핑센터] syo-ping-sen-teo n. trung tâm mua sắm

= **쇼핑몰** [쇼핑몰] syo-ping-mol

□ **슈퍼마켓** [슈퍼마켇] syu-peo-ma-ket n. siêu thị

= **슈퍼** [슈퍼] syu-peo

□ **편의점** [펴늬점/펴니점] pyeo-nui-jeom/pyeo-ni-jeom n. cửa hàng tiện lợi

□ **백화점** [배콰점] bae-kwa-jeom n. trung tâm thương mại

□ **장보기** [장보기] jang-bo-gi n. việc mua sắm, việc đi chợ

= **쇼핑** [쇼핑] syo-ping

□ **쇼핑하다** [쇼핑하다] syo-ping-ha-da v. mua sắm

□ **장바구니** [장빠구니] jang-bba-gu-ni n. túi đi chợ, giỏ đi chợ

= **시장바구니** [시:장빠구니] si-jang-bba-gu-ni

□ **카트** [카트] ka-teu n. xe đẩy

장바구니를 가져오면 100원 보상해 드려요.
jang-bba-gu-ni-reul ga-jeo-o-myeon bae-gwon bo-sang-hae deu-ryeo-yo
Người mua mang theo túi đi chợ thì được nhận lại 100 won.

tip. Hiện nay, nhiều siêu thị khuyến khích người mua hàng tự mang theo túi đi chợ để bảo vệ môi trường.

□ **구입** [구입] gu-ip n. việc mua

= **구매** [구매] gu-mae

□사다 [사다] sa-da v. mua

□판매 [판매] pan-mae n. việc bán

□팔다 [팔다] pal-da v. bán

□판촉 [판촉] pan-chok n. khuyến mại

□판촉물 [판총물] pan-chong-mul n. hàng khuyến mại

□상품 [상품] sang-pum n. sản phẩm, hàng hóa

= 물건 [물건] mul-geon

□재고 [재:고] jae-go n. hàng tồn kho

= 재고품 [재:고품] jae-go-pum

□유통기한 [유통기한] yu-tong-gi-han hạn sử dụng

□품질 [품:질] pum-jil n. chất lượng

□품절 [품:절] pum-jeol n. hết hàng

죄송하지만, 지금은 품절이에요.
joe-song-ha-ji-man, ji-geu-meun pum-jeo-ri-e-yo
Xin lỗi nhưng bây giờ hết hàng rồi.

□냉동품 [냉:동품] naeng-dong-pum n. hàng đông lạnh

□농산물 [농산물] nong-san mul n. nông sản

□수산물 [수산물] su-san-mul n. thủy hải sản

□유제품 [유제품] yu-je-pum n. sản phẩm từ sữa

□인스턴트식품 [인스턴트식품] in-seu-teon-teu-sik-pum n. đồ ăn liền

= 즉석식품 [즉썩씩품] jeuk-sseok-ssik-pum

□공산품 [공산품] gong-san-pum n. sản phẩm công nghiệp

□ **전자 제품** [전:자 제품] jeon-ja je-pum đồ điện tử

□ **상인** [상인] sang-in **n.** người buôn bán, thương nhân

= **장사꾼** [장사꾼] jang-sa-ggun → **tip.** '장사꾼' là từ không trang trọng cho người buôn bán.

□ **점원** [점:원] jeom-won **n.** người bán hàng

= **판매원** [판매원] pan-mae-won

□ **계산** [계:산/게:산] gye-san/ge-san **n.** việc trả tiền, việc tính toán

□ **계산대** [계:산대/게:산대] gye-san-dae/ge-san-dae **n.** quầy thu ngân

□ **계산원** [계:사눤/게:사눤] gye-sa-nwon/ge-sa-nwon **n.** thu ngân

□ **영수증** [영수증] yeong-su-jeung **n.** hóa đơn

□ **계산서** [계:산서/게:산서] gye-san-seo/ge-san-seo **n.** hóa đơn

= **청구서** [청구서] cheong-gu-seo

여기 영수증이요.
yeo-gi yeong-su-jeung-i-yo
Hóa đơn đây ạ.

□ **지불** [지불] ji-bul **n.** việc thanh toán

□ **내다** [내:다] nae-da **v.** trả tiền, thanh toán

어떻게 지불하실 건가요?
eo-ddeo-ke ji-bul-ha-sil geon-ga-yo?
Anh muốn thanh toán như thế nào?

□ **신용카드** [시:뇽카드] si-nyong-ka-deu thẻ tín dụng

= **크레디트카드** [크레디트카드] keu-re-di-teu-ka-deu

□ **체크카드** [체크카드] che-keu-ka-deu thẻ ghi nợ

□ **현금** [현:금] hyeon-geum **n.** tiền mặt

= **현찰** [현:찰] hyeon-chal

□ **교환** [교환] gyo-hwan n. việc đổi

□ **바꾸다** [바꾸다] ba-ggu-da v. đổi

□ **환불** [환불] hwan-bul n. việc hoàn tiền

이것을 환불해 주시겠어요?
i-geo-seul hwan-bul-hae ju-si-ge-sseo-yo?
Tôi muốn hoàn tiền.

□ **반품** [반:품] ban-pum n. việc trả lại hàng

□ **진열** [지:녈] ji-nyeol n. việc trưng bày

□ **고객** [고객] go-gaek n. khách hàng

□ **단골손님** [단골손님] dan-gol-son-nim n. khách quen

= **단골** [단골] dan-gol

□ **비싸다** [비싸다] bi-ssa-da a. đắt

□ **싸다** [싸다] ssa-da a. rẻ

= **저렴하다** [저:렴하다] jeo-ryeom-ha-da

□ **싸구려** [싸구려] ssa-gu-ryeo n. hàng rẻ tiền

□ **절약하다** [저랴카다] jeo-rya-ka-da v. tiết kiệm

= **아끼다** [아끼다] a-ggi-da

□ **할인** [하린] ha-rin n. giảm giá

= **세일** [세일] se-il

= **에누리** [에누리] e-nu-ri

□ **특가** [특까] teuk-gga n. giá đặc biệt

□ **염가** [염까] yeom-gga n. giá rẻ

□ **덤** [덤:] deom n. việc tặng kèm, quà khuyến mại

□ **빵집** [빵찝] bbang-jjip n. cửa hàng bánh ngọt

□ **분식집** [분식찝] bun-sik-jjip n. quán ăn vặt

□ **채소 가게** [채:소 가:게] chae-so ga-ge cửa hàng rau

□ **과일 가게** [과:일 가:게] gwa-il ga-ge cửa hàng hoa quả

□ **정육점** [정육쩜] jeong-yuk-jjeom n. cửa hàng thịt

□ **생선 가게** [생선 가:게] saeng-seon ga-ge cửa hàng hải sản tươi sống

□ **아이스크림 가게** [아이스크림 가:게] a-i-seu-keu-rim ga-ge n. cửa hàng kem

□ **피자 가게** [피자 가:게] pi-ja ga-ge quán pizza

□ **패스트푸드점** [패스트푸드점] pae-seu-teu-pu-deu-jeom
n. cửa hàng đồ ăn nhanh

□ **카페** [카페] ka-pe n. quán cà phê
= **커피숍** [커피숍] keo-pi-syop

□ **보석상** [보:석쌍] bo-seok-ssang n. tiệm vàng, cửa hàng vàng bạc
= **금은방** [그믄빵] geo-meun-bbang

□ **서점** [서점] seo-jeom n. hiệu sách
= **책방** [책빵] chaek-bbang
□ **헌책방** [헌:책빵] heon-chaek-bbang n. hiệu sách cũ

□ **문방구** [문방구] mun-bang-gu n. cửa hàng văn phòng phẩm
= **문구점** [문구점] mun-gu-jeom

□ **완구점** [완:구점] wan-gu-jeom n. cửa hàng đồ chơi trẻ em
= **장난감 가게** [장난깜 가:게] jang-nan-ggam ga-ge

□ **안경원** [안:경원] an-gyeong-won n. cửa hàng mắt kính

= **안경점** [안:경점] an-gyeong-jeom

□ **옷 가게** [옫 가:게] ot ga-ge cửa hàng quần áo

□ **사이즈** [사이즈] sa-i-jeu n. cỡ

□ **옷걸이** [옫꺼리] ot-ggeo-ri n. móc áo

□ **마네킹** [마네킹] ma-ne-king n. ma nơ canh

□ **거울** [거울] geo-ul n. gương

□ **탈의실** [타릐실/타리실] ta-rui-sil/ta-ri-sil n. phòng thay đồ

= **피팅 룸** [피팅 룸] pi-ting rum

탈의실에서 입어 볼 수 있어요.
ta-ri-si-re-seo i-beo bol su i-sseo-yo
Chị có thể mặc thử ở phòng thay đồ.

□ **신발 가게** [신발 가:게] sin-bal ga-ge cửa hàng giày dép

□ **스포츠용품 가게** [스포츠용:품 가:게] seu-po-cheu-yong-pum ga-ge cửa hàng đồ thể thao

□ **향수 가게** [향수 가:게] hyang-su ga-ge cửa hàng nước hoa

□ **향수** [향수] hyang-su n. nước hoa

□ **화장품 가게** [화장품 가:게] hwa-jang-pum ga-ge cửa hàng mỹ phẩm

□ **스킨** [스킨] seu-kin n. nước hoa hồng

□ **로션** [로션] ro-syeon n. sữa dưỡng

□ **크림** [크림] keu-rim n. kem dưỡng

□ **아이 크림** [아이 크림] a-i keu-rim kem dưỡng mắt

□ **수분 크림** [수분 크림] su-bun keu-rim kem dưỡng ẩm

□ **미백 크림** [미:백 크림] mi-baek keu-rim kem dưỡng trắng da

□ **재생 크림** [재생 크림] jae-saeng keu-rim kem dưỡng tái tạo da

□ **선크림** [선크림] seon-keu-rim n. kem chống nắng

□ **파운데이션** [파운데이션] pa-un-de-i-syeon n. kem nền

□ **콤팩트파우더** [콤팩트파우더] kom-paek-teu-pa-u-deo n. phấn phủ

□ **립스틱** [립쓰틱] rip-sseu-tik n. son

□ **립글로스** [립끌로스] rip-ggeul-ro-seu n. son bóng

□ **아이섀도** [아이섀도] a-i-syae-do n. phấn mắt

□ **아이라이너** [아이라이너] a-i-ra-i-neo n. bút kẻ mắt

□ **마스카라** [마스카라] ma-seu-ka-ra n. chuốt mi

□ **블러셔** [블러셔] beul-reo-syeo n. phấn má hồng

□ **매니큐어** [매니큐어] mae-ni-kyu-eo n. sơn móng tay

□ **세탁소** [세:탁쏘] se-tak-sso n. tiệm giặt là

이 양복을 세탁소에 좀 맡겨 줄래요?
i yang-bo-geul se-tak-sso-e jom mat-gyeo jul-rae-yo?
Anh mang bộ com lê này đến tiệm giặt là cho tôi nhé?

□ **드라이클리닝** [드라이클리닝] deu-ra-i-keul-ri-ning n. giặt khô

□ **얼룩** [얼룩] eol-ruk n. vết bẩn

□ **제거** [제거] je-geo n. việc tẩy

□ **다리미질** [다리미질] da-ri-mi-jil n. việc là

= **다림질** [다림질] da-rim-jil → **tip.** '다림질' là từ viết tắt của '다리미질'.

□ **수선** [수선] su-seon n. việc sửa

이 코트는 수선이 필요해요.
i ko-teu-neun su-seo-ni pi-ryo-hae-yo
Chiếc áo khoác dạ này cần phải sửa.

□ **미용실** [미:용실] mi-yong-sil n. tiệm cắt tóc

= **미장원** [미:장원] mi-jang-won

□ **이발소** [이:발쏘] i-bal-sso n. tiệm cắt tóc nam

= **이발관** [이:발관] i-bal-gwan

□ **약국** [약꾹] yak-gguk n. hiệu thuốc

□ **꽃집** [꼳찝] ggot-jjip n. cửa hàng hoa

□ **공인중개소** [공인중개소] gong-in-jung-gae-so

văn phòng môi giới bất động sản

□ **여행사** [여행사] yeo-haeng-sa

n. công ty du lịch

18. 원피스

Hội thoại hữu ích 회화

판매원 무엇을 도와드릴까요?
mu-eo-seul do-wa-deu-ril-gga-yo?
Chị cần gì ạ?

김미나 이 원피스를 입어 봐도 될까요?
i won-pi-seu-reul i-beo bwa-do doel-gga-yo?
Tôi mặc thử cái đầm này được không?

판매원 물론이죠. 사이즈가 어떻게 되세요?
mul-ro-ni-jyo. sa-i-jeu-ga eo-ddeo-ke doe-se-yo?
Dạ, được. Chị mặc cỡ nào ạ?

김미나 10호예요.
si-po-ye-yo
Tôi mặc cỡ 10.

Bệnh viện & Ngân hàng 병원 & 은행 byeong-won & eun-haeng

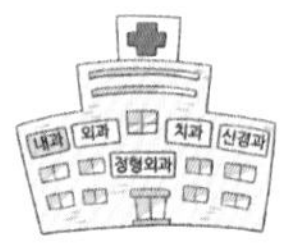

□ **병원** [병:원] byeong-won
n. bệnh viện

□ **종합병원** [종합병:원] jong-hap-byeong-won
bệnh viện đa khoa

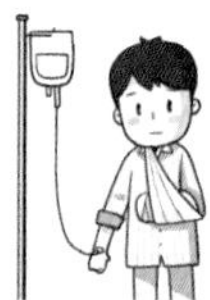

□ **환자** [환:자] hwan-ja
n. bệnh nhân

□ **의사** [의사] ui-sa
n. bác sĩ

□ **간호사** [간호사] gan-ho-sa
n. y tá

□ **진찰** [진:찰] jin-chal
n. việc khám bệnh

□ **증세** [증세] jeung-se
= **증상** [증상] jeung-sang
n. triệu chứng

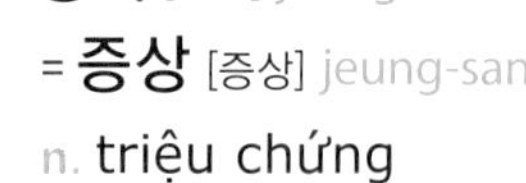

□ **고통** [고통] go-tong
n. sự đau khổ, sự đau đớn

□ **두통** [두통] du-tong
n. chứng đau đầu

□ **치통** [치통] chi-tong
n. chứng đau răng

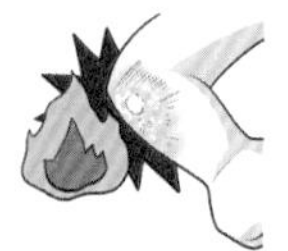

□ **화상** [화:상] hwa-sang
n. vết bỏng

□ **다치다** [다치다]
da-chi-da

v. bị thương

□ **부상** [부:상] bu-sang
= **상처** [상처] sang-cheo
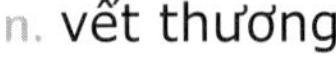
n. vết thương

□ **멍** [멍] meong
n. vết bầm

□ **감기** [감:기] gam-gi
n. bệnh cảm

□ **기침** [기침] gi-chim
n. ho

□ **열나다** [열라다]
yeol-ra-da
v. bị sốt

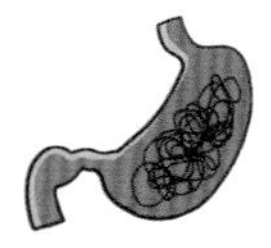

□ **소화불량** [소화불량]
so-hwa-bul-ryang
khó tiêu

□ **구토** [구토] gu-to
n. nôn

□ **현기증** [현:기쯩]
hyeon-gi-jjeung
n. chứng chóng mặt

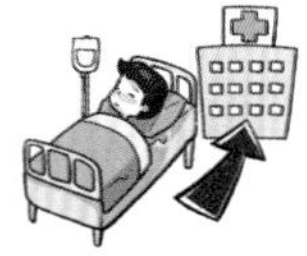

□ **입원** [이붠] i-bwon
n. việc nhập viện

□ **퇴원** [퇴:원/퉤:원] toe-won/twe-won
n. việc xuất viện

□ **약국** [약꾹] yak-gguk
n. hiệu thuốc

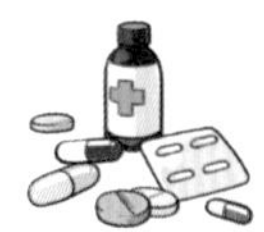

□ **약** [약] yak
n. thuốc

□ **진통제** [진:통제] jin-tong-je
n. thuốc giảm đau

□ **해열제** [해:열쩨]
hae-yeol-jje
n. thuốc hạ sốt

□ **소화제** [소화제]
so-hwa-je
n. thuốc tiêu hóa

□ **수면제** [수면제]
su-myeon-je
n. thuốc ngủ

□ **연고** [연:고] yeon-go
n. thuốc mỡ

□ **붕대** [붕대] bung-dae
n. băng y tế

□ **반창고** [반창고]
ban-chang-go
n. băng cá nhân

□ **은행** [은행] eun-haeng
n. ngân hàng

□ **돈** [돈:] don n. tiền

□ **현금** [현:금] hyeon-geum n. tiền mặt

□ **지폐** [지폐/지페] ji-pye/ji-pe
n. tiền giấy

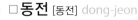

□ **동전** [동전] dong-jeon
n. tiền xu

□ **저축** [저:축] jeo-chuk
= **저금** [저:금] jeo-geum
= **예금** [예:금] ye-geum
n. tiền tiết kiệm, sự tiết kiệm

□ **통장** [통장] tong-jang
n. sổ tài khoản

□ **입금** [입끔] ip-ggeum
n. việc gửi tiền

□ **출금** [출금] chul-geum
n. việc rút tiền

□ **이체** [이체] i-che
n. việc chuyển khoản

□ **송금** [송:금] song-geum
n. việc chuyển tiền

□ **이자** [이:자] i-ja
n. tiền lãi

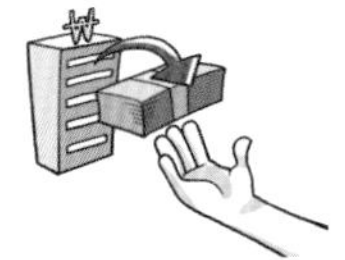

□ **대출** [대:출] dae-chul
n. việc cho vay

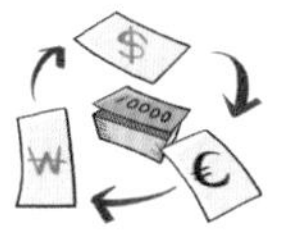

□ **환전** [환:전] hwan-jeon
n. việc đổi tiền

□ **신용카드** [시:뇽카드] si-nyong-ka-deu
thẻ tín dụng

□ **에이티엠** [에이티엠] e-i-ti-em
n. cây rút tiền

□ **인터넷 뱅킹** [인터넫 뱅킹] in-teo-net baeng-king
dịch vụ ngân hàng qua internet

□ **비밀번호** [비:밀번호] bi-mil-beon-ho
n. mật khẩu, số pin

□ **병원** [병:원] byeong-won **n.** bệnh viện

□ **종합병원** [종합병:원] jong-hap-byeong-won bệnh viện đa khoa

□ **진료소** [질:료소] jil-ryo-so **n.** phòng khám

□ **보건소** [보:건소] bo-geon-so **n.** trạm y tế

□ **의사** [의사] ui-sa **n.** bác sĩ

□ **간호사** [간호사] gan-ho-sa **n.** y tá

□ **환자** [환:자] hwan-ja **n.** bệnh nhân

□ **진찰** [진:찰] jin-chal **n.** việc khám bệnh

□ **증세** [증세] jeung-se **n.** triệu chứng

= **증상** [증상] jeung-sang

증세가 어때요?
jeung-se-ga eo-ddae-yo?
Triệu chứng như thế nào?

□ **고통** [고통] go-tong **n.** sự đau khổ, sự đau đớn

□ **통증** [통:쯩] tong-jjeung **n.** cơn đau

□ **아프다** [아프다] a-peu-da **a.** đau

= **고통스럽다** [고통스럽따] go-tong-seu-reop-dda

= **괴롭다** [괴롭따/궤롭따] goe-rop-dda/gwe-rop-dda

□ **따갑다** [따갑따] dda-gap-dda **a.** nhức nhói

□ **쑤시다** [쑤시다] ssu-si-da **v.** đau nhức

□ **욱신거리다** [욱씬거리다] uk-ssin-geo-ri-da **v.** đau nhoi nhói

□ **욱신욱신** [욱씨눅씬] uk-ssi-nuk-ssin **ad.** nhoi nhói

□ **뻐근하다** [뻐근하다] bbeo-geun-ha-da **a.** tê cứng

□ **두통** [두통] du-tong n. chứng đau đầu

두통이 심해요.
du-tong-i sim-hae-yo
Tôi bị đau đầu nặng.

□ **치통** [치통] chi-tong n. chứng đau răng

□ **화상** [화:상] hwa-sang n. vết bỏng

□ **의식불명** [의:식불명] ui-sik-bul-myeong bất tỉnh

□ **다치다** [다치다] da-chi-da v. bị thương

□ **부상** [부:상] bu-sang n. vết thương

= **상처** [상처] sang-cheo

□ **타박상** [타:박쌍] ta-bak-ssang n. vết bầm

□ **찰과상** [찰과상] chal-gwa-sang n. vết xước

□ **멍** [멍] meong n. vết bầm

□ **피멍** [피멍] pi-meong n. vết bầm tím

□ **흉터** [흉터] hyung-teo n. sẹo

= **흉** [흉] hyung

□ **할퀴다** [할퀴다] hal-kwi-da v. cào

□ **삐다** [삐:다] bbi-da v. trẹo

= **접질리다** [접찔리다] jeop-jjil-ri-da

□ **붓다** [붇:따] but-dda v. sưng

□ **목발** [목빨] mok-bbal n. nạng

□ **깁스** [깁쓰] gip-sseu n. bó bột

= **석고붕대** [석꼬붕대] seok-ggo-bung-dae

□ **감기** [감:기] gam-gi **n.** bệnh cảm

□ **감기에 걸리다** [감:기에 걸리다] gam-gi-e geol-ri-da bị cảm

감기에 걸린 것 같아요.
gam-gi-e geol-rin geot ga-ta-yo
Hình như tôi bị cảm rồi.

□ **독감** [독깜] dok-ggam **n.** cảm cúm

= **인플루엔자** [인플루엔자] in-peul-ru-en-ja

= **유행성감기** [유행썽감:기] yu-haeng-sseong-gam-gi

□ **기침** [기침] gi-chim **n.** ho

□ **재채기** [재채기] jae-chae-gi **n.** hắt hơi

□ **콜록콜록** [콜록콜록] kol-rok-kol-rok **ad.** khù khụ

□ **열** [열] yeol **n.** cơn sốt

□ **열나다** [열라다] yeol-ra-da **v.** bị sốt

□ **고열** [고열] go-yeol **n.** sốt cao

□ **미열** [미열] mi-yeol **n.** sốt nhẹ

열이 나요.
yeo-ri na-yo
Tôi bị sốt.

□ **몸살** [몸살] mom-sal **n.** cả người đau nhức

□ **오한** [오한] o-han **n.** ớn lạnh

□ **소화불량** [소화불량] so-hwa-bul-ryang chứng khó tiêu

□ **속 쓰림** [속 쓰림] sok sseu-rim ợ nóng

□ **위염** [위염] wi-yeom **n.** viêm dạ dày

□ **맹장염** [맹장념] maeng-jang-nyeom **n.** viêm ruột thừa

□ **메스껍다** [메스껍따] me-seu-ggeop-dda a. buồn nôn

□ **체** [체] che n. chứng khó tiêu

□ **배탈** [배탈] bae-tal n. rối loạn tiêu hoá

□ **체하다** [체하다] che-ha-da v. khó tiêu

□ **구토** [구토] gu-to n. nôn

□ **입덧** [입떧] ip-ddeot n. chứng ốm nghén

□ **설사** [설싸] seol-ssa n. tiêu chảy

□ **변비** [변비] byeon-bi n. táo bón

설사를 해요.
seol-ssa-ruel hae-yo
Tôi bị tiêu chảy.

□ **혈압** [혀랍] hyeo-rap n. huyết áp

□ **고혈압** [고혀랍] go-hyeo-rap n. cao huyết áp

□ **저혈압** [저:혀랍] jeo-hyeo-rap n. huyết áp thấp

나는 고혈압이 있어요.
na-neun go-hyeo-ra-bi i-sseo-yo
Tôi bị cao huyết áp.

□ **현기증** [현:기쯩] hyeon-gi-jjeung n. chứng chóng mặt

= **어지럼증** [어지럼쯩] eo-ji-reom-jjeung

□ **어지럽다** [어지럽따] eo-ji-reop-dda a. chóng mặt

□ **빈혈** [빈혈] bin-hyeol n. thiếu máu

□ **두드러기** [두드러기] du-deu-reo-gi n. phát ban

□ **뾰루지** [뾰루지] bbyo-ru-ji n. mụn

□ **알레르기** [알레르기] al-re-reu-gi n. dị ứng

tip. Một số người nói là '알러지 [al-reo-ji]'.

□ **가렵다** [가렵따] ga-ryeop-dda **a.** ngứa

□ **부르트다** [부르트다] bu-reu-teu-da **v.** nứt nẻ

□ **유전병** [유전뼝] yu-jeon-bbyeong **n.** bệnh di truyền

□ **치과** [치꽈] chi-ggwa **n.** nha khoa

□ **앞니** [암니] am-ni **n.** răng cửa

  □ **송곳니** [송:곤니] song-gon-ni **n.** răng nanh

  □ **어금니** [어금니] eo-geum-ni **n.** răng hàm

  □ **사랑니** [사랑니] sa-rang-ni **n.** răng khôn

□ **충치** [충치] chung-chi **n.** răng sâu

□ **잇몸** [인몸] in-mom **n.** lợi

□ **스케일링** [스케일링] seu-ke-il-ring **n.** cạo vôi răng

□ **치아 교정** [치아 교:정] chi-a gyo-jeong niềng răng

  □ **치아 교정기** [치아 교:정기] chi-a gyo-jeong-gi mắc cài

□ **입원** [이붠] i-bwon **n.** việc nhập viện

□ **입원하다** [이붠하다] i-bwon-ha-da **v.** nhập viện

□ **퇴원** [퇴:원/퉤:원] toe-won/twe-won **n.** việc xuất viện

□ **퇴원하다** [퇴:원하다/퉤:원하다] toe-won-ha-da/twe-won-ha-da **v.** xuất viện

입원해야 하나요?
i-beon-hae-ya ha-na-yo?
Tôi phải nhập viện ạ?

□ **수술** [수술] su-sul **n.** phẫu thuật

□ **마취** [마취] ma-chwi n. việc gây mê, việc gây tê

□ **전신마취** [전신마취] jeon-sin-ma-chwi gây mê toàn thân

□ **국소마취** [국쏘마취] guk-sso-ma-chwi gây tê cục bộ

= **국부마취** [국뿌마취] guk-bbu-ma-chwi

□ **의료보험** [의료보:험] ui-ryo-bo-heom bảo hiểm y tế

□ **진단서** [진:단서] jin-dan-seo n. giấy chẩn đoán

□ **처방서** [처:방서] cheo-bang-seo n. đơn thuốc

= **처방전** [처:방전] cheo-bang-jeon

처방서를 써 드릴게요.
cheo-bang-seo-reul sseo deu-ril-ge-yo
Tôi sẽ kê đơn cho anh.

□ **약국** [약꾹] yak-gguk n. hiệu thuốc

□ **약** [약] yak n. thuốc

□ **진통제** [진:통제] jin-tong-je n. thuốc giảm đau

□ **해열제** [해:열쩨] hae-yeol-jje n. thuốc hạ sốt

□ **소화제** [소화제] so-hwa-je n. thuốc tiêu hóa

□ **수면제** [수면제] su-myeon-je n. thuốc ngủ

요즘 복용하는 약이 있나요?
yo-jeum bo-gyong-ha-neun ya-gi in-na-yo?
Dạo này anh có đang uống thuốc nào không?

□ **부작용** [부:자공] bu-ja-gyong n. tác dụng phụ

이 약에 부작용은 없나요?
i ya-ge bu-ja-gyong-eun eom-na-yo?
Thuốc này có tác dụng phụ không?

□ 연고 [연:고] yeon-go n. thuốc mỡ

□ 붕대 [붕대] bung-dae n. băng y tế

□ 반창고 [반창고] ban-chang-go n. băng cá nhân

□ 은행 [은행] eun-haeng n. ngân hàng

□ 돈 [돈:] don n. tiền

□ 화폐 [화:폐/화:페] hwa-pye/hwa-pe n. tiền, tiền tệ

□ 통화 [통화] tong-hwa n. tiền tệ

□ 현금 [현:금] hyeon-geum n. tiền mặt

□ 지폐 [지폐/지페] ji-pye/ji-pe n. tiền giấy

□ 동전 [동전] dong-jeon n. tiền xu

= 주화 [주:화] ju-hwa

□ 수표 [수표] su-pyo n. ngân phiếu

□ 증권 [증꿘] jeung-ggwon n. chứng khoán

□ 계좌 [계:좌/게:좌] gye-jwa/ge-jwa n. tài khoản

저축 계좌를 개설하고 싶어요.
jeo-chuk gye-jwa-reul gae-seol-ha-go si-peo-yo
Tôi muốn mở tài khoản tiết kiệm.

□ 통장 [통장] tong-jang n. sổ tài khoản

□ 저축 [저:축] jeo-chuk n. tiền tiết kiệm, sự tiết kiệm

= 저금 [저:금] jeo-geum

= 예금 [예:금] ye-geum

□ 보통예금 [보:통예:금] bo-tong-ye-geum tiết kiệm không kỳ hạn

□ 정기예금 [정:기예:금] jeong-gi-ye-geum tiết kiệm có kỳ hạn

☐ **적금** [적끔] jeok-ggeum n. tiền tiết kiệm

☐ **입금** [입끔] ip-ggeum n. việc gửi tiền

☐ **입금하다** [입끔하다] ip-ggeum-ha-da v. gửi tiền

☐ **출금** [출금] chul-geum n. việc rút tiền

= **인출** [인출] in-chul

☐ **출금하다** [출금하다] chul-geum-ha-da v. rút tiền

= **인출하다** [인출하다] in-chul-ha-da

= **돈을 찾다** [도늘 찯따] do-neul chat-dda

얼마를 인출하실 거예요?
eol-ma-reul in-chul-ha-sil geo-ye-yo?
Anh muốn rút bao nhiêu tiền?

☐ **잔고** [잔고] jan-go n. số dư

이 청구서를 지불하기에는 당신의 계좌 잔고가 부족합니다.
i cheong-gu-seo-reul ji-bul-ha-gi-e-neun dang-si-ne gye-jwa jan-go-ga bu-jo-kam-ni-da
Số dư tài khoản không đủ để thanh toán.

☐ **조회** [조:회/조:훼] jo-hoe/jo-hwe n. việc tra cứu

☐ **이체** [이체] i-che n. việc chuyển khoản

☐ **자동이체** [자동이체] ja-dong-i-che chuyển tiền tự động

☐ **송금** [송:금] song-geum n. việc chuyển tiền

☐ **이자** [이:자] i-ja n. tiền lãi

☐ **금리** [금니] geum-ni n. lãi suất

☐ **대출** [대:출] dae-chul n. việc cho vay

☐ **빚** [빋] bit n. nợ

□ **금융** [금늉/그뮹] geum-nyung/geu-myung **n.** tài chính

□ **외화** [외:화/웨:화] oe-hwa/we-hwa **n.** ngoại tệ

□ **환율** [화:뉼] hwa-nyul **n.** tỉ giá

오늘 환율이 어떻게 돼요?
o-neul hwa-nyu-ri eo-ddeo-ke dwae-yo?
Hôm nay tỉ giá là bao nhiêu?

□ **환전** [환:전] hwan-jeon **n.** việc đổi tiền

□ **환전하다** [환:전하다] hwan-jeon-ha-da **v.** đổi tiền

□ **환전소** [환:전소] hwan-jeon-so **n.** quầy đổi tiền

□ **원화** [원화] won-hwa **n.** won (đơn vị tiền tệ của Hàn Quốc)

□ **원** [원] won **b.n.** won (đơn vị tiền tệ của Hàn Quốc)

□ **달러** [달러] dal-reo **n./b.n.** đô la

달러를 원화로 환전하고 싶어요.
dal-reo-reul won-hwa-ro hwan-jeon-ha-go si-peo-yo
Tôi muốn đổi từ đô la sang won.

□ **모기지** [모기지] mo-gi-ji **n.** thế chấp

□ **모기지대출** [모기지대출] mo-gi-ji-dae-chul cho vay thế chấp

□ **신용카드** [시:뇽카드] si-nyong-ka-deu thẻ tín dụng

□ **체크카드** [체크카드] che-keu-ka-deu thẻ ghi nợ

□ **발급** [발급] bal-geup **n.** việc cấp

□ **수수료** [수수료] su-su-ryo **n.** phí dịch vụ

은행 이체 수수료가 있어요?
eun-haeng i-che su-su-ryo ga i-sseo-yo?
Có phí chuyển khoản ngân hàng không?

□ **에이티엠** [에이티엠] e-i-ti-em **n.** cây rút tiền

= **현금인출기** [현:금인출기] hyeon-geum-in-chul-gi

□ **인터넷 뱅킹** [인터넫 뱅킹] in-teo-net baeng-king

dịch vụ ngân hàng qua internet

□ **비밀번호** [비:밀번호] bi-mil-beon-ho **n.** mật khẩu, số pin

= **패스워드** [패스워드] pae-seu-wo-deu

비밀번호를 입력하세요.
bi-mil-beon-ho-reul im-nyeo-ka-se-yo
Xin mời nhập số pin.

19. 두통

Hội thoại hữu ích 실전 회화

김미나　누구 진통제 가지고 있는 사람?
nu-gu jin-tong-je ga-ji-go in-neun sa-ram?
Ai có thuốc giảm đau không?

이준서　왜? 무슨 문제 있니?
wae? mu-seun mun-je in-ni?
Sao thế? Bạn bị làm sao?

김미나　머리가 너무 아파.
meo-ri-ga neo-mu a-pa
Đau đầu quá.

이준서　나 약 있어.
na yak i-sseo
Tôi có thuốc.

Luyện tập

Đọc và nối.

1. 병원 •	• bệnh viện
2. 상점, 가게 •	• cà phê
3. 요리 •	• công ty
4. 은행 •	• cửa hàng, tiệm
5. 음식점, 식당, 레스토랑 •	• học sinh
	• món ăn, nấu ăn
6. 장보기, 쇼핑 •	• ngân hàng
7. 직업 •	• nghề nghiệp
8. 카페, 커피숍 •	• quán ăn, nhà hàng
9. 커피 •	• quán cà phê
10. 학교 •	• trường, trường học
11. 학생 •	• việc mua sắm, việc đi chợ
12. 회사 •	

1. 병원 – bệnh viện 2. 상점, 가게 – cửa hàng, tiệm 3. 요리 – món ăn, nấu ăn
4. 은행 – ngân hàng 5. 음식점, 식당, 레스토랑 – quán ăn, nhà hàng
6. 장보기, 쇼핑 – việc mua sắm, việc đi chợ 7. 직업 – nghề nghiệp
8. 카페, 커피숍 – quán cà phê 9. 커피 – cà phê 10. 학교 – trường, trường học
11. 학생 – học sinh 12. 회사 – công ty

6장

Du lịch

Giao thông 교통 gyo-tong

□ **교통** [교통] gyo-tong
n. giao thông

□ **표** [표] pyo n. vé

□ **차표** [차표] cha-pyo
= **승차권** [승차꿘] seung-cha-ggwon
n. vé xe

□ **매표소** [매:표소] mae-pyo-so
n. quầy bán vé

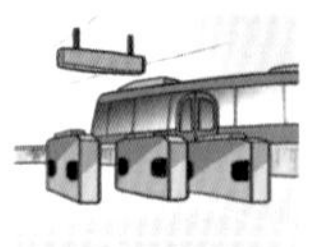

□ **개찰구** [개:찰구] gae-chal-gu
n. cửa soát vé

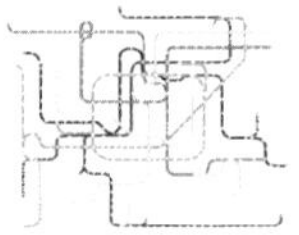

□ **노선** [노:선] no-seon n. tuyến

□ **지하철노선도** [지하철노:선도]
ji-ha-cheol-no-seon-do
bản đồ tàu điện ngầm

□ **목적지** [목쩍찌] mok-jjeok-jji
= **행선지** [행선지] haeng-seon-ji
n. nơi đến

□ **정류장** [정뉴장] jeong-nyu-jang
= **정류소** [정뉴소] jeong-nyu-so
n. trạm xe buýt

□ **환승** [환:승] hwan-seung
n. việc chuyển tuyến

□ **지하철** [지하철] ji-ha-cheol
n. tàu điện ngầm

□ **버스** [버스] beo-seu
n. xe buýt

□ **택시** [택씨] taek-ssi
n. tắc xi

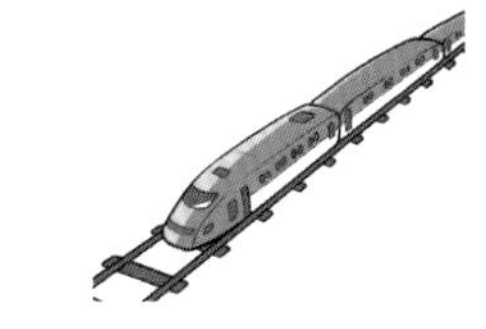

□ **기차** [기차] gi-cha
= **열차** [열차] yeol-cha
n. tàu hỏa

□ **기차역** [기차역] gi-cha-yeok
n. ga tàu hỏa

□ **플랫폼** [플랟폼] peul-raet-pom
n. sân ga

□ **선로** [설로] seol-ro
n. đường ray

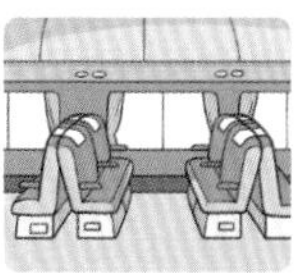

□ **객실** [객씰] gaek-ssil
n. toa hành khách

□ **비행기** [비행기] bi-haeng-gi
n. máy bay

□ **공항** [공항] gong-hang
n. sân bay

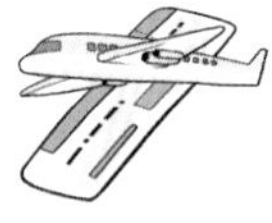

□ **항공권** [항:공꿘] hang-gong-ggwon
n. vé máy bay

□ **탑승권** [탑씅꿘] tap-sseung-ggwon
n. thẻ lên máy bay

□ **일반석** [일반석] il-ban-seok
n. hạng phổ thông

□ **비즈니스 클래스** [비즈니스 클래스]
bi-jeu-ni-seu keul-rae-seu
hạng thương gia

□ **퍼스트 클래스** [퍼스트 클래스]
peo-seu-teu keul-rae-seu
hạng nhất

□ **여권** [여꿘] yeo-ggwon
= **패스포트** [패스포트] pae-seu-po-teu
n. hộ chiếu

□ **비자** [비자] bi-ja
n. visa, thị thực

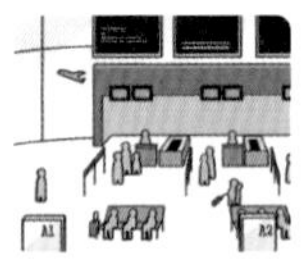

□ **터미널** [터미널] teo-mi-neol
n. bến xe

□ **탑승구** [탑씅구] tap-sseung-gu
n. cửa lên máy bay

□ **출발** [출발] chul-bal
n. việc khởi hành, việc xuất phát

□ **도착** [도:착] do-chak
n. việc đến

□ **이륙** [이:륙] i-ryuk
n. việc cất cánh

□ **착륙** [창뉵] chang-nyuk
n. việc hạ cánh

□ **수하물** [수하물] su-ha-mul
n. hành lý

□ **비상구** [비:상구] bi-sang-gu
n. cửa thoát hiểm

□ **면세점** [면:세점] myeon-se-jeom
n. cửa hàng miễn thuế

□ **자전거** [자전거] ja-jeon-geo
n. xe đạp

□ **오토바이** [오토바이] o-to-ba-i
n. xe máy

□ **배** [배] bae n. tàu

□ **보트** [보트] bo-teu
n. thuyền

□ **교통** [교통] gyo-tong n. giao thông

□ **대중교통** [대:중교통] dae-jung-gyo-tong n. giao thông công cộng

□ **표** [표] pyo n. vé

□ **차표** [차표] cha-pyo n. vé xe

= **승차권** [승차꿘] seung-cha-ggwon

□ **기차표** [기차표] gi-cha-pyo n. vé tàu hỏa

□ **매표소** [매:표소] mae-pyo-so n. quầy bán vé

□ **요금** [요:금] yo-geum n. phí, cước

□ **개찰구** [개:찰구] gae-chal-gu n. cửa soát vé

□ **시간표** [시간표] si-gan-pyo n. lịch trình

□ **노선** [노:선] no-seon n. tuyến

□ **지하철노선도** [지하철노:선도] ji-ha-cheol-no-seon-do
bản đồ tàu điện ngầm

□ **목적지** [목쩍찌] mok-jjeok-jji n. nơi đến

= **행선지** [행선지] haeng-seon-ji

□ **차선** [차선] cha-seon n. làn xe

□ **버스전용차선** [버스저뇽차선] beo-seu-jeo-nyong-cha-seon
làn đường dành cho xe buýt

= **버스전용차로** [버스저뇽차로] beo-seu-jeo-nyong-cha-ro

□ **정류장** [정뉴장] jeong-nyu-jang n. trạm xe buýt

= **정류소** [정뉴소] jeong-nyu-so

□ **종점** [종쩜] jong-jjeom n. trạm cuối

□ **환승** [환:승] hwan-seung n. việc chuyển tuyến

□ **환승하다** [환:승하다] hwan-seung-ha-da v. chuyển tuyến

□ **환승역** [환:승녁] hwan-seung-nyeok n. ga trung chuyển

어디에서 환승해야 해요?
eo-di-e-seo hwan-seung-hae-ya hae-yo?
Tôi phải chuyển tuyến ở đâu?

□ **지하철** [지하철] ji-ha-cheol n. tàu điện ngầm

□ **지하철역** [지하철력] ji-ha-cheol-ryeok n. ga tàu điện ngầm

근처에 지하철역이 있어요?
geun-cheo-e ji-ha-cheol-ryeo-gi i-sseo-yo?
Ở gần đây có ga tàu điện ngầm không?

□ **버스** [버스] beo-seu n. xe buýt

□ **시내버스** [시:내버스] si-nae-beo-seu n. xe buýt nội thành

□ **고속버스** [고속뻐스] go-sok-bbeo-seu n. xe buýt cao tốc

이 버스가 공항으로 가나요?
i beo-seu-ga gong-hang-eu-ro ga-na-yo?
Xe buýt này có đi sân bay không?

□ **택시** [택씨] taek-ssi n. tắc xi

□ **전차** [전:차] jeon-cha n. tàu điện

□ **기차** [기차] gi-cha n. tàu hỏa

= **열차** [열차] yeol-cha

□ **기차역** [기차역] gi-cha-yeok n. ga tàu hỏa

□ **급행열차** [그팽녈차] geu-paeng-nyeol-cha n. tàu tốc hành

= **급행** [그팽] geu-paeng

□ **완행열차** [완:행녈차] wan-haeng-nyeol-cha n. tàu chậm

= **완행** [완:행] wan-haeng

□ **플랫폼** [플랟폼] peul-raet-pom n. sân ga

= **승강장** [승강장] seung-gang-jang

□ **선로** [설로] seol-ro n. đường ray

□ **객실** [객씰] gaek-ssil n. toa hành khách

□ **침대칸** [침:대칸] chim-dae-kan n. toa giường nằm

□ **짐칸** [짐칸] jim-kan n. khoang hành lý

= **화물칸** [화:물칸] hwa-mul-kan

□ **식당 칸** [식땅 칸] sik-ddang kan toa căn tin

□ **비행기** [비행기] bi-haeng-gi n. máy bay

□ **항공** [항:공] hang-gong n. hàng không

□ **항공편** [항:공편] hang-gong-pyeon n. chuyến bay

□ **항공사** [항:공사] hang-gong-sa n. hãng hàng không

□ **공항** [공항] gong-hang n. sân bay

내가 공항으로 마중 나갈게요.
nae-ga gong-hang-eu-ro ma-jung na-gal-ge-yo
Tôi sẽ ra sân bay đón.

□ **터미널** [터미널] teo-mi-neol n. bến xe

□ **탑승구** [탑씅구] tap-sseung-gu n. cửa lên máy bay

□ **항공권** [항:공꿘] hang-gong-ggwon n. vé máy bay

돌아갈 항공권을 갖고 있어요?
do-ra-gal hang-gong-ggwo-neul gat-ggo i-sseo-yo?
Anh có vé máy bay ngày về không?

□ **탑승** [탑씅] tap-sseung n. việc lên máy bay

□ **체크인** [체크인] che-keu-in n. thủ tục lên máy bay

= **탑승수속** [탑씅수속] tap-sseung-su-sok

늦어도 출발 한 시간 전에는 체크인해 주세요.
neu-jeo-do chul-bal han si-gan jeo-ne-neun che-keu-in-hae ju-se-yo
Vui lòng làm thủ tục lên máy bay trước giờ khởi hành 1 tiếng.

□ **탑승권** [탑씅꿘] tap-sseung-ggwon n. thẻ lên máy bay

탑승권을 보여 주실래요?
tap-sseung-ggwo-neul bo-yeo ju-sil-rae-yo?
Cho tôi xem thẻ lên máy bay.

□ **여권** [여꿘] yeo-ggwon n. hộ chiếu

= **패스포트** [패스포트] pae-seu-po-teu

여권을 신청하려는데요.
yeo-ggwo-neul sin-cheong-ha-reo-neun-de-yo
Tôi muốn làm hộ chiếu.

□ **비자** [비자] bi-ja n. visa, thị thực

= **사증** [사쯩] sa-jjeung

□ **신청** [신청] sin-cheong n. việc đăng ký

□ **발급** [발급] bal-geup n. việc cấp

□ **갱신** [갱:신] gaeng-sin n. việc gia hạn

□ **출발** [출발] chul-bal n. việc khởi hành, việc xuất phát

□ **떠나다** [떠나다] ddeo-na-da v. khởi hành, xuất phát

언제 떠날 예정인가요?
eon-je ddeo-nal ye-jeong-in-ga-yo?
Khi nào anh khởi hành?

□ **이륙** [이:륙] i-ryuk n. việc cất cánh

□ **이륙하다** [이:류카다] i-ryu-ka-da v. cất cánh

잠시 후에 이륙해요.
jam-si hu-e i-ryu-kae-yo
Máy bay chuẩn bị cất cánh.

□ **착륙** [창뉵] chang-nyuk n. việc hạ cánh

□ **착륙하다** [창뉴카다] chang-nyu-ka-da v. hạ cánh

□ **도착** [도:착] do-chak n. việc đến

□ **도착하다** [도:차카다] do-cha-ka-da v. đến, tới

탑승수속을 위해 출발 두 시간 전까지 공항에 도착해야 해요.
tap-sseung-su-so-geul wi-hae chul-bal du si-gan jeon-gga-ji gong-hang-e do-cha-kae-ya hae-yo
Bạn phải đến sân bay trước giờ khởi hành 2 tiếng để làm thủ tục.

□ **편도** [편도] pyeon-do a. một chiều

□ **왕복** [왕:복] wang-bok n. khứ hồi

부산행 편도로 한 장 주세요.
bu-san-haeng pyeon-do-ro han jang ju-se-yo
Cho tôi một vé một chiều đến Busan.

□ **직항** [지캉] ji-kang n. chuyến bay thẳng

□ **경유** [경유] gyeong-yu n. quá cảnh

□ **기항지** [기항지] gi-hang-ji n. trạm dừng

□ **좌석** [좌:석] jwa-seok n. chỗ ngồi

□ **창가석** [창까석] chang-gga-seok n. chỗ ngồi gần cửa sổ

□ **통로석** [통노석] tong-no-seok n. chỗ ngồi gần lối đi

창가석으로 주세요.
chang-gga-seo-geu-ro ju-se-yo
Tôi muốn ngồi gần cửa sổ.

□ **일반석** [일반석] il-ban-seok n. hạng phổ thông

= **보통석** [보:통석] bo-tong-seok

□ **비즈니스 클래스** [비즈니스 클래스] bi-jeu-ni-seu keul-rae-seu hạng thương gia

= **이등석** [이:등석] i-deung-seok n.

□ **퍼스트 클래스** [퍼스트 클래스] peo-seu-teu keul-rae-seu hạng nhất

= **일등석** [일뜽석] il-ddeung-seok n.

□ **여행 가방** [여행 가방] yeo-haeng ga-bang vali

= **트렁크** [트렁크] teu-reong-keu n.

□ **수하물** [수하물] su-ha-mul n. hành lý

= **수화물** [수화물] su-hwa-mul

□ **수하물확인증** [수하물화긴쯩] su-ha-mul-hwa-gin-jjeung phiếu hành lý

□ **초과수하물** [초과수하물] cho-gwa-su-ha-mul hành lý quá cân

□ **출입국** [추립꾹] chu-rip-gguk n. xuất nhập cảnh

□ **출입국심사** [추립꾹심사] chu-rip-gguk-sim-sa thủ tục xuất nhập cảnh

□ **출입국신고서** [추립꾹신고서] chu-rip-gguk-sin-go-seo tờ khai xuất nhập cảnh

= **출입국카드** [추립꾹카드] chu-rip-gguk-ka-deu

□ **조사** [조사] jo-sa **n.** kiểm tra

= **확인** [화긴] hwa-gin

□ **보안 검색** [보:안 검:색] bo-an geom-saek kiểm tra an ninh

□ **보안 검색대** [보:안 검:색때] bo-an geom-saek-ddae cửa kiểm tra an ninh

□ **세관** [세:관] se-gwan **n.** hải quan

□ **세관 검사** [세:관 검:사] se-gwan geom-sa kiểm tra hải quan

□ **세관 신고서** [세:관 신고서] se-gwan sin-go-seo tờ khai hải quan

□ **기내** [기내] gi-nae **n.** trong máy bay

□ **기내식** [기내식] gi-nae-sik **n.** suất ăn trên máy bay

□ **안전띠** [안전띠] an-jeon-ddi **n.** dây an toàn

= **안전벨트** [안전벨트] an-jeon-bel-teu

안전벨트를 매도록 해요.
an-jeon-bel-teu-reul mae-do-rok hae-yo
Thắt dây an toàn nhé.

□ **구명조끼** [구명조끼] gu-myeong-jo-ggi **n.** áo phao cứu hộ

□ **비상구** [비:상구] bi-sang-gu **n.** cửa thoát hiểm

□ **면세점** [면:세점] myeon-se-jeom **n.** cửa hàng miễn thuế

□ **면세품** [면:세품] myeon-se-pum **n.** hàng miễn thuế

□ **자전거** [자전거] ja-jeon-geo **n.** xe đạp

□ **자전거도로** [자전거도로] ja-jeon-geo-do-ro

làn đường dành cho xe đạp

□ **오토바이** [오토바이] o-to-ba-i **n.** xe máy

□ **헬멧** [헬멧] hel-met **n.** mũ bảo hiểm

□ **배** [배] bae n. tàu

= **선박** [선박] seon-bak

□ **보트** [보트] bo-teu n. thuyền

□ **요트** [요트] yo-teu n. du thuyền

□ **항구** [항:구] hang-gu n. cảng

□ **멀미** [멀미] meol-mi n. chứng say xe

20. 항공권 예약

Hội thoại hữu ích 회화

이준서 서울행 비행기표를 예약하려고요.
seo-ul-haeng bi-haeng-gi-pyo-reul ye-ya-ka-ryeo-go-yo
Tôi muốn đặt vé máy bay đi Seoul.

직원 언제 떠날 예정이세요?
eon-je ddeo-nal ye-jeong-i-se-yo?
Anh định đi vào ngày nào ạ?

이준서 12월 20일에서 23일 사이에 떠나고 싶은데요.
si-bi-wol i-si-bil-e-seo i-sip-sa-mil sa-i-e ddeo-na-go si-peun-de-yo
Tôi muốn đi vào khoảng từ ngày 20 đến 23 tháng 12.

직원 편도예요, 왕복이에요?
pyeon-do-ye-yo, wang-bo-gi-e-yo?
Anh đi một chiều hay khứ hồi ạ?

이준서 왕복으로 주세요.
wang-bo-geu-ro ju-se-yo
Cho tôi vé khứ hồi.

Lái xe 운전 un-jeon

□ **운전** [운:전] un-jeon n. việc lái xe

□ **운전하다** [운:전하다] un-jeon-ha-da
v. lái xe

□ **자동차** [자동차] ja-dong-cha
n. xe ô tô

□ **에스유브이** [에스유브이]
e-seu-yu-beu-i
n. SUV (xe thể thao đa dụng)

□ **오픈카** [오픈카] o-peun-ka
n. xe mui trần

□ **밴** [밴] baen
n. xe van

□ **트럭** [트럭] teu-reok
= **화물자동차** [화:물자동차]
hwa-mul-ja-dong-cha
n. xe tải

□ **핸들** [핸들] haen-deul
n. vô lăng

□ **밟다** [밥:따] bap-dda
v. đạp

□ **정지하다** [정지하다] jeong-ji-ha-da
= **멈추다** [멈추다] meom-chu-da
v. dừng xe

□ **헤드라이트** [헤드라이트]
he-deu-ra-i-teu
= **전조등** [전조등] jeon-jo-deung
n. đèn pha trước

□ **경적** [경:적] gyeong-jeok
= **클랙슨** [클랙쓴] keul-raek-sseun
n. còi

□ **백미러** [백미러] baek-mi-reo
n. gương chiếu hậu bên trong xe

□ **바퀴** [바퀴] ba-kwi n. bánh xe

□ **타이어** [타이어] ta-i-eo n. lốp xe

□ **위반** [위반] wi-ban
n. vi phạm

□ **속도위반** [속또위반]
sok-ddo-wi-ban
n. lỗi vượt quá tốc độ

□ **음주 운전** [음:주 운:전]
eum-ju un-jeon
lái xe sau khi uống rượu bia

□ **벌금** [벌금] beol-geum
= **범칙금** [범:칙끔] beom-chik-ggeum
n. tiền phạt

□ **교통표지판** [교통표지판] gyo-tong-pyo-ji-pan
biển báo giao thông

□ **신호등** [신:호등] sin-ho-deung
n. đèn tín hiệu

□ **건널목** [건:널목] geon-neol-mok
n. đường dân sinh

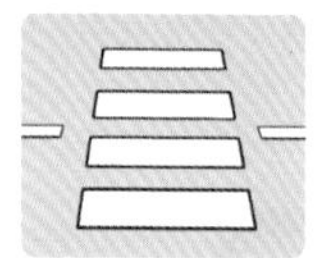

□ **횡단보도** [횡단보도/휑단보도] hoeng-dan-bo-do/hweng-dan-bo-do
n. vạch kẻ dành cho người qua đường

□ **속도** [속또] sok-ddo
n. tốc độ

□ **빠르다** [빠르다] bba-reu-da a. nhanh

□ **빨리** [빨리] bbal-ri
ad. một cách nhanh chóng

□ **느리다** [느리다] neu-ri-da a. chậm

□ **천천히** [천:천히] cheon-cheon-hi
ad. một cách chậm chạp

□ **주유** [주:유] ju-yu

n. việc đổ xăng

□ **주유소** [주:유소] ju-yu-so

n. trạm xăng

□ **세차** [세:차] se-cha

n. việc rửa xe

□ **세차장** [세:차장] se-cha-jang

n. tiệm rửa xe

□ **주차** [주:차] ju-cha

n. việc đỗ xe

□ **주차장** [주:차장] ju-cha-jang

n. bãi đỗ xe

□ **도로** [도:로] do-ro

n. đường

□ **보도** [보:도] bo-do

= **인도** [인도] in-do

n. vỉa hè

□ **운전** [운:전] un-jeon **n.** việc lái xe

□ **운전하다** [운:전하다] un-jeon-ha-da **v.** lái xe

운전할 수 있어요?
un-jeon-hal ssu i-sseo-yo?
Bạn có thể lái xe không?

□ **운전면허** [운:전면허] un-jeon-myeon-heo **n.** bằng lái xe

□ **운전면허 시험** [운:전면허 시험] un-jeon-myeon-heo si-heom thi bằng lái xe

□ **국제운전면허증** [국쩨운:전면허쯩] guk-jje-un-jeon-myeon-heo-jjeung bằng lái xe quốc tế

□ **자동차** [자동차] ja-dong-cha **n.** xe ô tô

□ **대형자동차** [대:형자동차] dae-hyeong-ja-dong-cha xe ô tô hạng lớn

= **대형차** [대:형차] dae-hyeong-cha **n.**

□ **소형자동차** [소:형자동차] so-hyeong-ja-dong-cha xe ô tô hạng nhỏ

= **소형차** [소:형차] so-hyeong-cha **n.**

□ **에스유브이** [에스유브이] e-seu-yu-beu-i **n.** SUV (xe thể thao đa dụng)

□ **오픈카** [오픈카] o-peun-ka **n.** xe mui trần

□ **밴** [밴] baen **n.** xe van

□ **트럭** [트럭] teu-reok **n.** xe tải

= **화물자동차** [화:물자동차] hwa-mul-ja-dong-cha

□ **렌터카** [렌터카] ren-teo-ka **n.** xe thuê

□ **핸들** [핸들] haen-deul **n.** vô lăng

□ **파워핸들** [파워핸들] pa-wo-haen-deul tay quay vô lăng

□ **변속기어** [변:속기어] byeon-sok-gi-eo hộp số

□ **자동변속기** [자동변:속끼] ja-dong-byeon-sok-ggi hộp số tự động

□ **수동변속기** [수동변:속끼] su-dong-byeon-sok-ggi hộp số sàn

□ **안전띠** [안전띠] an-jeon-ddi n. dây an toàn

= **안전벨트** [안전벨트] an-jeon-bel-teu

□ **밟다** [밥:따] bap-dda v. đạp

□ **액셀러레이터** [액셀러레이터] aek-sel-reo-re-i-teo n. chân ga

= **액셀** [액셀] aek-sel

= **가속페달** [가속페달] ga-sok-pe-dal

□ **클러치** [클러치] keul-reo-chi n. chân thắng

= **클러치페달** [클러치페달] keul-reo-chi-pe-dal

□ **브레이크** [브레이크] beu-re-i-keu n. phanh

□ **사이드브레이크** [사이드브레이크] sa-i-deu-beu-re-i-keu phanh khẩn cấp

□ **정지** [정지] jeong-ji n. việc dừng lại

□ **정지하다** [정지하다] jeong-ji-ha-da v. dừng lại

= **멈추다** [멈추다] meom-chu-da

□ **범퍼** [범퍼] beom-peo n. cản trước

□ **보닛** [보닏] bo-nit n. nắp ca pô

□ **와이퍼** [와이퍼] wa-i-peo n. cần gạt nước

□ **트렁크** [트렁크] teu-reong-keu n. cốp xe

□ **헤드라이트** [헤드라이트] he-deu-ra-i-teu n. đèn pha trước

= **전조등** [전조등] jeon-jo-deung

□ **깜빡이** [깜빠기] ggam-bba-gi **n.** đèn xi nhan

= **방향지시등** [방향지시등] bang-hyang-ji-si-deung

□ **비상등** [비:상등] bi-sang-deung **n.** đèn khẩn cấp trên xe

□ **경적** [경:적] gyeong-jeok **n.** còi

= **클랙슨** [클랙쓴] keul-raek-sseun

□ **백미러** [백미러] baek-mi-reo **n.** gương chiếu hậu trong xe

□ **사이드미러** [사이드미러] sa-i-deu-mi-reo gương chiếu hậu

□ **후방카메라** [후:방카메라] hu-bang-ka-me-ra camera lùi

□ **번호판** [번호판] beon-ho-pan **n.** biển số xe

□ **바퀴** [바퀴] ba-kwi **n.** bánh xe

□ **타이어** [타이어] ta-i-eo **n.** lốp xe

□ **스노타이어** [스노타이어] seu-no-ta-i-eo **n.** lốp xe mùa đông

□ **스페어타이어** [스페어타이어] seu-pe-eo-ta-i-eo **n.** lốp dự phòng

타이어 점검해 주세요.
ta-i-eo jeom-geom-hae ju-se-yo
Anh kiểm tra lốp xe giúp tôi nhé.

□ **펑크** [펑크] peong-keu **n.** lốp thủng

□ **도로교통법** [도:로교통법] do-ro-gyo-tong-beop luật giao thông đường bộ

□ **위반** [위반] wi-ban **n.** vi phạm

□ **주차위반** [주:차위반] ju-cha-wi-ban lỗi đỗ xe

□ **신호위반** [신:호위반] sin-ho-wi-ban lỗi vượt đèn đỏ

□ **속도위반** [속또위반] sok-ddo-wi-ban **n.** lỗi vượt quá tốc độ

tip. '속도위반' có ý nghĩa khác. Đó là "cưới chạy bầu".

□ **음주 운전** [음:주 운:전] eum-ju un-jeon lái xe sau khi uống rượu bia

□ **음주측정기** [음:주측쩡기] eum-ju-cheuk-jjeong-gi ống thổi nồng độ cồn

음주측정기를 부세요.
eum-ju-cheuk-jjeong-gi-reul bu-se-yo
Làm ơn thổi nồng độ cồn.

□ **벌금** [벌금] beol-geum n. tiền phạt

= **범칙금** [범:칙끔] beom-chik-ggeum

벌금이 얼마예요?
beol-geu-mi eol-ma-ye-yo?
Tiền phạt là bao nhiêu?

□ **표지판** [표지판] pyo-ji-pan n. biển báo

□ **교통표지판** [교통표지판] gyo-tong-pyo-ji-pan biển báo giao thông

□ **도로표지판** [도로표지판] do-ro-pyo-ji-pan biển chỉ đường

□ **일방통행** [일방통행] il-bang-tong-haeng n. đường một chiều

□ **신호등** [신:호등] sin-ho-deung n. đèn tín hiệu

□ **빨간불** [빨간불] bbal-gan-bul n. đèn đỏ

= **적신호** [적씬호] jeok-ssin-ho

□ **파란불** [파란불] pa-ran-bul n. đèn xanh

= **청신호** [청신호] cheong-sin-ho

= **초록불** [초록뿔] cho-rok-bbul

= **녹색등** [녹쌕뜽] nok-ssaek-ddeung

□ **노란불** [노란불] no-ran-bul n. đèn vàng

□ **횡단보도** [횡단보도/휑단보도] hoeng-dan-bo-do/hweng-dan-bo-do

n. vạch kẻ dành cho người qua đường

□ **무단횡단** [무단횡단/무단휑단] mu-dan-hoeng-dan/mu-dan-hweng-dan

qua đường không đúng nơi quy định

무단횡단을 하면 안 됩니다.
mu-dan-hoeng-da-neul ha-myeon an doem-ni-da
Bạn đừng qua đường không đúng nơi quy định.

□ **건널목** [건:널목] geon-neol-mok n. đường dân sinh

□ **육교** [육꾜] yuk-ggyo n. cầu vượt cho người đi bộ

□ **지하도** [지하도] ji-ha-do n. đường hầm

□ **운전자** [운:전자] un-jeon-ja n. người lái xe

□ **보행자** [보:행자] bo-haeng-ja n. người đi bộ

= **행인** [행인] haeng-in

□ **속도** [속또] sok-ddo n. tốc độ

= **스피드** [스피드] seu-pi-deu

□ **제한속도** [제한속또] je-han-sok-ddo tốc độ quy định

□ **과속** [과:속] gwa-sok n. quá tốc độ quy định

□ **빠르다** [빠르다] bba-reu-da a. nhanh

□ **빨리** [빨리] bbal-ri ad. một cách nhanh chóng

□ **급하다** [그파다] geo-pa-da a. gấp, vội vàng

□ **급히** [그피] geu-pi ad. một cách vội vã

□ **느리다** [느리다] neu-ri-da a. chậm

□ **천천히** [천:천히] cheon-cheon-hi ad. một cách chậm chạp

□ **주유** [주:유] ju-yu n. việc đổ xăng

□ **주유소** [주:유소] ju-yu-so n. trạm xăng

□ **셀프 주유소** [셀프 주:유소] sel-peu ju-yu-so trạm xăng tự phục vụ

이 근처에 주유소가 있어요?
i geun-cheo-e ju-yu-so-ga i-sseo-yo?
Ở gần đây có trạm xăng không?

□ **휘발유** [휘발류] hwi-bal-ryu n. xăng

= **가솔린** [가솔린] ga-sol-rin

□ **경유** [경유] gyeong-yu n. dầu diesel

= **디젤유** [디젤류] di-jel-ryu

□ **천연가스** [처년가스] cheo-nyeon-ga-seu n. khí thiên nhiên

□ **리터** [리터] li-teo b.n. lít

□ **양** [양] yang n. lượng

□ **연비** [연비] yeon-bi n. hiệu suất nhiên liệu

□ **세차** [세:차] se-cha n. việc rửa xe

□ **세차장** [세:차장] se-cha-jang n. tiệm rửa xe

□ **주차** [주:차] ju-cha n. việc đỗ xe

□ **정차** [정차] jeong-cha n. việc dừng xe

□ **주차장** [주:차장] ju-cha-jang n. bãi đỗ xe

□ **무료 주차장** [무료 주:차장] mu-ryo ju-cha-jang bãi đỗ xe miễn phí

□ **유료 주차장** [유:료 주:차장] yu-ryo ju-cha-jang bãi đỗ xe thu phí

주차장이 어디에 있어요?
ju-cha-jang-i eo-di-e i-sseo-yo?
Bãi đỗ xe ở đâu?

□ **주차금지** [주:차금:지] ju-cha-geum-ji cấm đỗ xe

□ **불법주차** [불법주:차/불뻡주:차] bul-beop-ju-cha/bul-bbeop-ju-cha đỗ xe sai quy định

= **무단주차** [무단주:차] mu-dan-ju-cha

□ **주차단속** [주:차단속] ju-cha-dan-sok phạt lỗi đỗ xe sai quy định

□ **러시아워** [러시아워] reo-si-a-wo n. giờ cao điểm

□ **교통체증** [교통체증] gyo-tong-che-jeung tắc đường

= **교통정체** [교통정체] gyo-tong-jeong-che

□ **찻길** [차낄/찯낄] cha-ggil/chat-ggil n. đường xe chạy

= **차도** [차도] cha-do

□ **차선** [차선] cha-seon n. làn đường

□ **중앙선** [중앙선] jung-ang-seon n. vạch kẻ giữa đường

□ **유턴** [유턴] yu-teon n. quay đầu xe

□ **좌회전** [좌:회전/좌:훼전] jwa-hoe-jeon/jwa-hwe-jeon n. việc rẽ trái

□ **우회전** [우:회전/우:훼전] u-hoe-jeon/u-hwe-jeon n. việc rẽ phải

이 차선은 좌회전 전용입니다.
i cha-seo-neun jwa-hoe-jeon jeo-nyong-im-ni-da
Làn đường này dành cho xe rẽ trái.

□ **도로** [도:로] do-ro n. đường

□ **고속도로** [고속도:로] go-sok-do-ro n. đường cao tốc

□ **유료도로** [유:료도:로] yu-ryo-do-ro đường thu phí

□ **통행료** [통행뇨] tong-haeng-nyo n. phí tại trạm thu phí

□ **교차로** [교차로] gyo-cha-ro n. đường giao nhau

□ **사거리** [사:거리] sa-geo-ri n. ngã tư

□ **로터리** [로터리] ro-teo-ri n. vòng xoay

□ **갓길** [가:낄/갇:낄] ga-ggil/gat-ggil n. làn đường dừng khẩn cấp

□ **터널** [터널] teo-neol n. đường hầm

□ **보도** [보:도] bo-do n. vỉa hè

= **인도** [인도] in-do

= **보행로** [보:행노] bo-haeng-no

21. 교통 위반

Hội thoại hữu ích 회화

경찰 안녕하세요. 운전면허를 보여 주세요.
an-nyoung-ha-se-yo. un-jeon myeon-heo-reul bo-yeo ju-se-yo
Chào anh. Cho tôi xem bằng lái xe.

준서 왜요? 제가 너무 빨리 갔나요?
wae-yo? je-ga neo-mu bbal-ri gan-na-yo?
Sao ạ? Tôi chạy quá tốc độ à?

경찰 아니요, 안전벨트를 안 매셨습니다.
a-ni-yo, an-jeon-bel-teu-reul an mae-syeot-sseum-ni-da
Dạ, không. Anh không thắt dây an toàn.

준서 죄송합니다. 급히 출발하느라. 딱지를 끊어야 하나요?
joe-song-ham-ni-da. geu-pi chul-bal-ha-neu-ra.
ddak-ji-reul ggeu-neo-ya ha-na-yo?
Xin lỗi. Tôi đang gấp. Tôi phải đóng phạt hả?

경찰 네, 3만 원의 범칙금이 있습니다.
ne, sam-man wo-ne beom-chik-ggeu-mi it-sseum-ni-da
Vâng, anh phải nộp 30.000 won tiền phạt.

Nghỉ trọ 숙박 suk-bbak

□ 머무르다 [머무르다] meo-mu-reu-da
= 묵다 [묵따] muk-dda
= 체류하다 [체류하다] che-ryu-ha-da
v. việc ở lại, việc lưu trú

□ 숙소 [숙쏘] suk-sso
= 숙박 시설 [숙빡 시:설] suk-bbak si-seol
n. chỗ lưu trú

□ 호텔 [호텔] ho-tel
n. khách sạn

□ 로비 [로비] ro-bi
n. sảnh

□ 체크인 [체크인] che-keu-in
n. nhận phòng

□ 체크아웃 [체크아욷] che-keu-a-ut
n. trả phòng

□ 객실 [객씰] gaek-ssil
n. phòng

□ 더블룸 [더블룸] deo-beul-rum
phòng đôi

□ 싱글룸 [싱글룸] sing-geul-rum
phòng đơn

□ 스위트룸 [스위트룸] seu-wi-teu-rum
n. phòng suite

□ **룸서비스** [룸서비스] rum-seo-bi-seu
n. dịch vụ phòng

□ **불평** [불평] bul-pyeong
n. lời phàn nàn

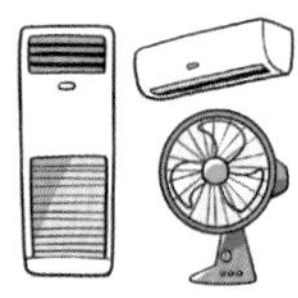

□ **냉방** [냉:방] naeng-bang
n. việc làm lạnh

□ **난방** [난:방] nan-bang
n. việc sưởi ấm

□ **화장실** [화장실] hwa-jang-sil
n. nhà vệ sinh

□ **세탁실** [세:탁씰] se-tak-ssil
n. phòng giặt

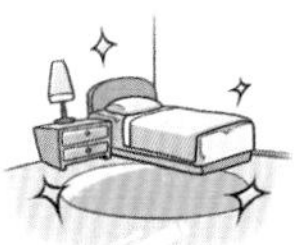

□ **깨끗하다** [깨끄타다] ggae-ggeu-ta-da
a. sạch sẽ

□ **더럽다** [더:럽따] deo-reop-dda
a. dơ bẩn

□ **편안하다** [펴난하다] pyeo-nan-ha-da
= **안락하다** [알라카다] al-ra-ka-da
a. thoải mái

□ **불편하다** [불편하다] bul-pyeon-ha-da
a. khó chịu, bất tiện

□ **예약** [예:약] ye-yak
n. việc đặt trước

□ **예약하다** [예:야카다] ye-ya-ka-da
v. đặt trước, đăng ký trước

□ **취소** [취:소] chwi-so
n. sự hủy bỏ

□ **취소하다** [취:소하다] chwi-so-ha-da
v. hủy bỏ

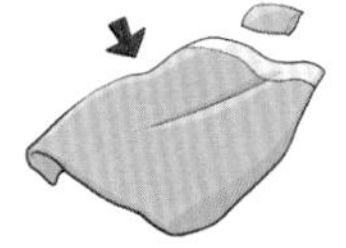

□ **침구** [침:구] chim-gu
n. đồ dùng phòng ngủ

□ **시트** [시트] si-teu
n. khăn trải giường

□ **이불** [이불] i-bul
n. chăn

□ **담요** [담:뇨] dam-nyo
n. chăn mỏng

□ **베개** [베개] be-gae
n. gối

□ **수건** [수:건] su-geon
n. khăn tắm

□ **샴푸** [샴푸] syam-pu n. dầu gội

□ **린스** [린스] rin-seu n. dầu xả

□ **비누** [비누] bi-nu

n. xà phòng

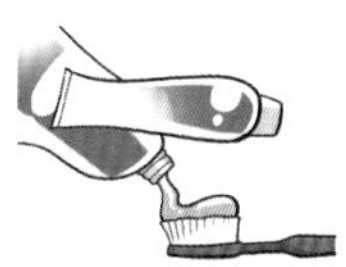

□ **칫솔** [치쏠/칟쏠] chi-ssol/chit-ssol

n. bàn chải đánh răng

□ **치약** [치약] chi-yak

n. kem đánh răng

□ **빗** [빋] bit

= **머리빗** [머리빋] meo-ri-bit

n. lược

□ **면도기** [면:도기] myeon-do-gi

n. dao cạo râu

□ **드라이어** [드라이어] deu-ra-i-eo

= **헤어드라이어** [헤어드라이어] he-eo-deu-ra-i-eo

n. máy sấy tóc

□ **화장지** [화장지] hwa-jang-ji

= **휴지** [휴지] hyu-ji

n. giấy vệ sinh

□ **티슈** [티슈] ti-syu

n. khăn giấy

□ **숙박** [숙빡] suk-bbak n. việc ở lại, việc lưu trú

□ **머무르다** [머무르다] meo-mu-reu-da v. ở, lưu trú

= **묵다** [묵따] muk-dda

= **체류하다** [체류하다] che-ryu-ha-da

친구네에서 머무를 거예요.
chin-gu-ne-e-seo meo-mu-reul geo-ye-yo
Tôi sẽ ở nhà bạn tôi.

□ **숙소** [숙쏘] suk-sso n. chỗ lưu trú

= **숙박 시설** [숙빡 시:설] suk-bbak si-seol

□ **호텔** [호텔] ho-tel n. khách sạn

□ **호스텔** [호스텔] ho-seu-tel n. nhà nghỉ kiểu tập thể

□ **유스호스텔** [유스호스텔] yu-seu-ho-seu-tel nhà nghỉ thanh niên

□ **모텔** [모텔] mo-tel n. nhà nghỉ

□ **여관** [여관] yeo-gwan n. nhà trọ

□ **민박** [민박] min-bak n. B&B (giường và bữa sáng)

□ **프런트** [프런트] peu-reon-teu n. quầy lễ tân

□ **로비** [로비] ro-bi n. sảnh

□ **체크인** [체크인] che-keu-in n. nhận phòng

체크인은 몇 시부터입니까?
che-keu-i-neun meot si-bu-teo-im-ni-gga?
Nhận phòng lúc mấy giờ?

□ **체크아웃** [체크아웃] che-keu-a-ut n. trả phòng

□ 객실 [객씰] gaek-ssil n. phòng

□ 싱글룸 [싱글룸] sing-geul-rum phòng đơn

□ 더블룸 [더블룸] deo-beul-rum phòng đôi

□ 스위트룸 [스위트룸] seu-wi-teu-rum n. phòng suite

□ 룸서비스 [룸서비스] rum-seo-bi-seu n. dịch vụ phòng

□ 만족 [만족] man-jok n. sự hài lòng

□ 만족하다 [만조카다] man-jo-ka-da v. hài lòng

□ 불평 [불평] bul-pyeong n. lời phàn nàn

□ 불평하다 [불평하다] bul-pyeong-ha-da v. phàn nàn

= 투덜거리다 [투덜거리다] tu-deol-geo-ri-da

□ 시설 [시:설] si-seol n. trang thiết bị

□ 설비 [설비] seol-bi n. thiết bị

□ 냉난방 [냉:난방] naeng-nan-bang n. việc làm lạnh và sưởi ấm

□ 냉방 [냉:방] naeng-bang n. việc làm lạnh

□ 난방 [난:방] nan-bang n. việc sưởi ấm

□ 통풍 [통풍] tong-pung n. sự thông gió

= 환기 [환:기] hwan-gi

□ 호텔종사자 [호텔종사자] ho-tel-jong-sa-ja nhân viên khách sạn

□ 도어맨 [도어맨] do-eo-man n. nhân viên trực cửa

□ 호텔포터 [호텔포터] ho-tel-po-teo nhân viên khuân vác hành lý

□ 화장실 [화장실] hwa-jang-sil n. nhà vệ sinh

□ 세탁실 [세:탁씰] se-tak-ssil n. phòng giặt

□음식점 [음:식쩜] eum-sik-jjeom n. nhà hàng, quán ăn

= 식당 [식땅] sik-ddang

= 레스토랑 [레스토랑] re-seu-to-rang

□뷔페 [뷔페] bwi-pe n. buffet

□무선인터넷 [무선인터넫] mu-seon in-teo-net internet không dây

□근거리 무선망 [근:거리 무선망] geun-geo-ri mu-seon-mang Wi-Fi

tip. Wi-Fi (와이파이 [wa-i-pa-i]) được sử dụng nhiều hơn '근거리 무선망'.

□깨끗하다 [깨끄타다] ggae-ggeu-ta-da a. sạch sẽ

= 청결하다 [청결하다] cheong-gyeol-ha-da

□더럽다 [더:럽따] deo-reop-dda a. dơ bẩn

= 지저분하다 [지저분하다] ji-jeo-bun-ha-da

= 불결하다 [불결하다] bul-gyeol-ha-da

□편안하다 [펴난하다] pyeo-nan-ha-da a. thoải mái

= 안락하다 [알라카다] al-ra-ka-da

□불편하다 [불편하다] bul-pyeon-ha-da a. khó chịu, bất tiện

□전망 [전:망] jeon-mang n. hướng nhìn

바다 전망 방으로 주세요.
ba-da jeon-mang bang-eu-ro ju-se-yo
Cho tôi phòng có hướng nhìn ra biển.

□비치파라솔 [비치파라솔] bi-chi-pa-ra-sol n. ô che nắng

= 파라솔 [파라솔] pa-ra-sol

□수영장 [수영장] su-yeong-jang n. hồ bơi

= 풀장 [풀장] pul-jang

□요금 [요:금] yo-geum n. phí

□ **할인요금** [하린요:금] ha-rin-yo-geum giá được giảm

□ **추가 요금** [추가 요:금] chu-ga yo-geum phụ phí

이 항목은 무슨 요금입니까?
i hang-mọ-geun mu-seun yo-geu-mim-ni-gga?
Phí này là phí gì vậy?

□ **가격** [가격] ga-gyeok n. giá

= **값** [갑] gap

□ **비용** [비:용] bi-yong n. kinh phí

= **경비** [경비] gyeong-bi

□ **보증금** [보증금] bo-jeung-geum n. tiền đặt cọc

tip. Hầu hết khách sạn yêu cầu đưa tiền đặt cọc khi nhận phòng.

□ **지불** [지불] ji-bul n. việc trả tiền

= **결제** [결쩨] gyeol-jje

□ **선불** [선불] seon-bul n. việc trả trước

□ **후불** [후:불] hu-bul n. việc trả sau

□ **추가** [추가] chu-ga n. phần thêm

□ **세금** [세:금] se-geum n. thuế

□ **면세** [면:세] myeon-se n. miễn thuế

□ **박** [박] bak b.n. đêm

3박 4일 묵으려고요.
sam-bak sa-il mu-geu-ryeo-go-yo
Tôi muốn ở 4 ngày 3 đêm.

□ **예약** [예:약] ye-yak n. việc đặt trước

□ **예약하다** [예:야카다] ye-ya-ka-da v. đặt trước, đăng ký trước

□ 취소 [취:소] chwi-so n. sự hủy bỏ

□ 취소하다 [취:소하다] chwi-so-ha-da v. hủy bỏ

□ 빈방 [빈:방] bin-bang n. phòng trống

죄송하지만, 빈방이 없어요.
joe-song-ha-ji-man, bin-bang-i eop-sseo-yo
Xin lỗi nhưng chúng tôi hết phòng rồi.

□ 침구 [침:구] chim-gu n. đồ dùng phòng ngủ

□ 이불 [이불] i-bul n. chăn

□ 시트 [시트] si-teu n. khăn trải giường

□ 담요 [담:뇨] dam-nyo n. chăn mỏng

□ 베개 [베개] be-gae n. gối

□ 수건 [수:건] su-geon n. khăn tắm

□ 샴푸 [샴푸] syam-pu n. dầu gội

□ 린스 [린스] rin-seu n. dầu xả

□ 보디 샴푸 [보디 샴푸] bo-di syam-pu sữa tắm

□ 비누 [비누] bi-nu n. xà phòng

□ 샤워 캡 [샤워 캡] sya-wo kaep trùm tóc khi tắm

□ 칫솔 [치쏠/칟쏠] chi-ssol/chit-ssol n. bàn chải đánh răng

□ 치약 [치약] chi-yak n. kem đánh răng

□ 빗 [빋] bit n. lược

= 머리빗 [머리빋] meo-ri-bit

□ 면도 [면:도] myeon-do n. việc cạo râu

□ 면도기 [면:도기] myeon-do-gi n. dao cạo râu

□ **드라이어** [드라이어] deu-ra-i-eo **n.** máy sấy tóc

= **헤어드라이어** [헤어드라이어] he-eo-deu-ra-i-eo

□ **화장지** [화장지] hwa-jang-ji **n.** giấy vệ sinh

= **휴지** [휴지] hyu-ji

□ **티슈** [티슈] ti-syu **n.** khăn giấy

□ **냉장고** [냉:장고] naeng-jang-go **n.** tủ lạnh

□ **커피포트** [커피포트] keo-pi-po-teu **n.** bình đun siêu tốc

□ **미니바** [미니바] mi-ni-ba **n.** tủ lạnh mini

□ **다리미** [다리미] da-ri-mi **n.** bàn là

□ **금고** [금고] geum-go **n.** két sắt

22. 숙소 예약

Hội thoại hữu ích 회화

박미나 호텔 예약했니?
ho-tel ye-ya-kaen-ni?
Bạn đã đặt phòng chưa?

이준서 아직 좋은 호텔을 찾지 못했어.
a-jik jo-eun ho-te-reul chat-jji mo-tae-sseo
Chưa. Tôi vẫn chưa tìm được khách sạn ưng ý.

박미나 호텔 웹 사이트에서 평가들을 읽어 봐.
ho-tel wep sa-i-teu-e-seo pyeong-gga-deu-reul il-geo bwa
Bạn thử đọc các bình luận về từng khách sạn trên internet xem sao.

이준서 그거 좋은 생각이네. 고마워.
geu-geo jo-eun saeng-ga-gi-ne. go-ma-wo
Ý kiến hay đấy. Cảm ơn bạn.

Tham quan 관광 gwan-gwang

□ **관광** [관광] gwan-gwang

n. việc tham quan

□ **여행** [여행] yeo-haeng

n. chuyến du lịch

□ **크루즈** [크루즈] keu-ru-jeu

n. du lịch bằng du thuyền

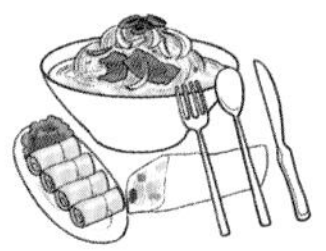

□ **식도락** [식또락] sik-ddo-rak

n. thú vui ăn uống

□ **안내인** [안:내인] an-nae-in

= **가이드** [가이드] ga-i-deu

n. hướng dẫn viên

□ **관광 안내소** [관광 안:내소]

gwan-gwang an-nae-so

quầy thông tin du lịch

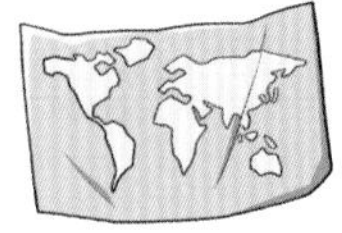

□ **지도** [지도] ji-do n. bản đồ

□ **약도** [약또] yak-ddo

n. bản đồ phác thảo

□ **관광객** [관광객] gwan-gwang-gaek

n. du khách

□ 탑 [탑] tap
n. tháp

□ 대성당 [대:성당] dae-seong-dang
n. nhà thờ lớn

□ 박물관 [방물관] bang-mul-gwan
n. bảo tàng

□ 광장 [광:장] gwang-jang
n. quảng trường

□ 성 [성] seong n. lâu đài

□ 궁전 [궁전] gung-jeon
= 궁궐 [궁궐] gung-gwol
n. cung điện

□ 절 [절] jeol
= 사원 [사원] sa-won
n. chùa

□ 미술관 [미:술관] mi-sul-gwan
= 갤러리 [갤러리] gael-reo-ri
n. bảo tàng mỹ thuật

□ 공원 [공원] gong-won
n. công viên

□ **동물원** [동:무뤈] dong-mu-rwon

n. sở thú

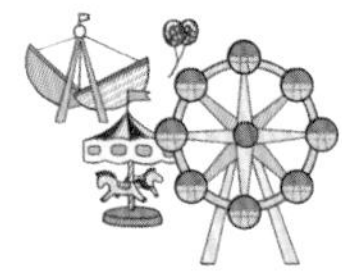

□ **놀이공원** [노리공원] no-ri-gong-won

= **놀이동산** [노리동산] no-ri-dong-san

n. công viên trò chơi

□ **산** [산] san

n. núi

□ **강** [강] gang

n. sông

□ **바다** [바다] ba-da

n. biển

□ **식물원** [싱무뤈] sing-mu-rwon

n. vườn bách thảo

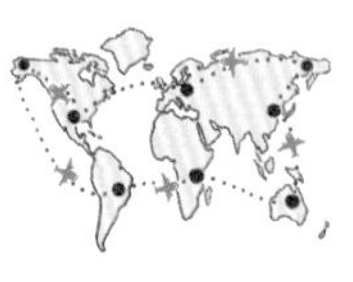

□ **경로** [경노] gyeong-no

n. lộ trình

□ **계곡** [계곡/게곡] gye-gok/ge-gok

n. thung lũng

□ **호수** [호수] ho-su

n. hồ

□ **해변** [해:변] hae-byeon

= **바닷가** [바다까/바닫까]

ba-da-gga/ba-dat-gga

n. bãi biển

□ **입구** [입꾸] ip-ggu n. lối vào

□ **입장하다** [입짱하다] ip-jjang-ha-da
= **들어가다** [드러가다] deu-reo-ga-da
v. đi vào

□ **출구** [출구] chul-gu n. lối ra

□ **퇴장하다** [퇴:장하다/퉤:장하다]
toe-jang-ha-da/twe-jang-ha-da
= **나가다** [나가다] na-ga-da
v. đi ra

□ **도시** [도시] do-si
n. thành phố

□ **시골** [시골] si-gol
n. làng quê

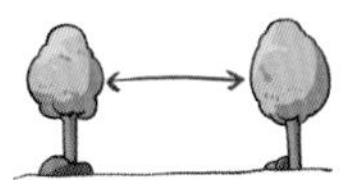

□ **거리** [거:리] geo-ri
n. đường phố

□ **셀프 카메라** [셀프 카메라]
sel-peu ka-me-ra
= **셀카** [셀카] sel-ka n.
chụp hình tự sướng

□ **선물** [선:물] seon-mul
n. quà

□ **기념품** [기념품] gi-nyeom-pum
n. đồ lưu niệm

□ **관광** [관광] gwan-gwang **n.** việc tham quan

관광하러 왔어요.
gwan-gwang-ha-reo wa-sseo-yo
Tôi đến đây để tham quan.

□ **여행** [여행] yeo-haeng **n.** chuyến du lịch

= **유람** [유람] yu-ram

□ **일주** [일쭈] il-jju **n.** vòng quanh

□ **세계 일주** [세:계 일쭈/세:게 일쭈] se-gye il-jju/se-ge il-jju du lịch vòng quanh thế giới

□ **전국 일주** [전국 일쭈] jeon-guk il-jju du lịch xuyên quốc gia

□ **당일 여행** [당일 여행] dang-il yeo-haeng du lịch trong ngày

□ **크루즈** [크루즈] keu-ru-jeu **n.** du lịch bằng du thuyền

□ **식도락** [식또락] sik-ddo-rak **n.** thú vui ăn uống

□ **미식가** [미:식까] mi-sik-gga **n.** người sành ăn

□ **안내인** [안:내인] an-nae-in **n.** hướng dẫn viên

= **가이드** [가이드] ga-i-deu

가이드가 있어요?
ga-i-deu-ga i-sseo-yo?
Có hướng dẫn viên không?

□ **관광 안내소** [관광 안:내소] gwan-gwang an-nae-so quầy thông tin du lịch

□ **정보** [정보] jeong-bo **n.** thông tin

관광 안내소가 어디 있어요?
gwan-gwang an-nae-so-ga eo-di i-sseo-yo?
Quầy thông tin du lịch ở đâu?

□ **개인** [개:인] gae-in n. cá nhân

□ **단체** [단체] dan-che n. đoàn

단체 할인이 돼요?
dan-che ha-ri-ni dwae-yo?
Anh có giảm giá cho đoàn không?

□ **지도** [지도] ji-do n. bản đồ

□ **약도** [약또] yak-ddo n. bản đồ phác thảo

약도를 좀 그려 주시겠어요?
yak-ddo-reul jom geu-ryeo ju-si-ge-sseo-yo?
Bạn vẽ bản đồ phác thảo giúp tôi được không?

□ **관광객** [관광객] gwan-gwang-gaek n. du khách

= **여행객** [여행객] yeo-haeng-gaek

□ **방문** [방:문] bang-mun n. việc đi thăm

□ **방문객** [방:문객] bang-mun-gaek n. khách tham quan

□ **기념** [기념] gi-nyeom n. kỷ niệm

□ **기념관** [기념관] gi-nyeom-gwan n. nhà tưởng niệm

□ **기념물** [기념물] gi-nyeom-mul n. kỷ vật

□ **기념비** [기념비] gi-nyeom-bi n. đài tưởng niệm

□ **건물** [건:물] geon-mul n. tòa nhà

= **빌딩** [빌딩] bil-ding

□ **초고층빌딩** [초고층빌딩] cho-go-cheung-bil-ding n. tòa nhà chọc trời

= **마천루** [마철루] ma-cheol-ru

□ **탑** [탑] tap n. tháp

□ 성 [성] seong n. lâu đài

□ 궁전 [궁전] gung-jeon n. cung điện

= 궁궐 [궁궐] gung-gwol

= 궁 [궁] gung

□ 왕 [왕] wang n. vua

□ 여왕 [여왕] yeo-wang n. nữ hoàng

□ 왕비 [왕비] wang-bi n. hoàng hậu

□ 왕자 [왕자] wang-ja n. hoàng tử

□ 공주 [공주] gong-ju n. công chúa

□ 대성당 [대:성당] dae-seong-dang n. nhà thờ lớn

□ 절 [절] jeol n. chùa

= 사원 [사원] sa-won

□ 대웅전 [대:웅전] dae-ung-jeon n. chính điện

□ 풍경 [풍경] pung-gyeong n. phong cảnh

= 경치 [경치] gyeong-chi

□ 박물관 [방물관] bang-mul-gwan n. bảo tàng

여기에서 박물관까지 얼마나 멀어요?

yeo-gi-e-seo bang-mul-gwan-gga-ji eol-ma-na meo-reo-yo?

Từ đây đến bảo tàng bao xa?

□ 미술관 [미:술관] mi-sul-gwan n. bảo tàng mỹ thuật

= 갤러리 [갤러리] gael-reo-ri

□ 작품 [작품] jak-pum n. tác phẩm

미술관으로 가려면 어느 쪽으로 가야 해요?

mi-sul-gwa-neu-ro ga-ryeo-myeon eo-neu jjo-geu-ro ga-ya hae-yo?

Tôi muốn đi đến bảo tàng mỹ thuật thì phải đi về hướng nào?

□ **전시회** [전:시회/전:시훼] jeon-si-hoe/jeon-si-hwe n. triển lãm

□ **과학관** [과학꽌] gwa-hak-ggwan n. bảo tàng khoa học

□ **영화관** [영화관] yeong-hwa-gwan n. rạp chiếu phim

□ **극장** [극짱] geuk-jjang n. nhà hát

□ **개관** [개관] gae-gwan n. việc mở cửa

  □ **폐관** [폐:관/페:관] pye-gwan/pe-gwan n. việc đóng cửa

□ **광장** [광:장] gwang-jang n. quảng trường

□ **공원** [공원] gong-won n. công viên

□ **동물원** [동:무뤈] dong-mu-rwon n. sở thú

□ **식물원** [싱무뤈] sing-mu-rwon n. vườn bách thảo

□ **놀이공원** [노리공원] no-ri-gong-won n. công viên trò chơi

  = **놀이동산** [노리동산] no-ri-dong-san

  = **유원지** [유원지] yu-won-ji

  놀이공원에 가는 거 좋아하세요?
  no-ri-gong-wo-ne ga-neun geo jo-a-ha-se-yo?
  Bạn thích đi công viên trò chơi không?

□ **유명하다** [유:명하다] yu-myeong-ha-da a. nổi tiếng

  □ **저명하다** [저:명하다] jeo-myeong-ha-da a. trứ danh

  □ **유명인** [유:명인] yu-myeong-in n. danh nhân

□ **장엄하다** [장엄하다] jang-eom-ha-da a. nghiêm trang

□ **인상적** [인상적] in-sang-jeok n./d. ấn tượng

□ **역사적** [역싸적] yeok-ssa-jeok n./d. thuộc về lịch sử

□ **상업적** [상업쩍] sang-eop-jjeok n./d. thuộc về thương mại

□ **추천** [추천] chu-cheon n. sự giới thiệu

□ **추천하다** [추천하다] chu-cheon-ha-da v. giới thiệu

근처에 가 볼만한 명소를 추천해 주실래요?
geun-cheo-e ga bol-man-han myeong-so-reul chu-cheon-hae ju-sil-rae-yo?
Bạn giới thiệu các điểm du lịch giúp tôi được không?

□ **경로** [경노] gyeong-no n. lộ trình

□ **목적지** [목쩍찌] mok-jjeok-jji n. điểm đến

= **행선지** [행선지] haeng-seon-ji

□ **산** [산] san n. núi

□ **언덕** [언덕] eon-deok n. đồi

□ **계곡** [계곡/게곡] gye-gok/ge-gok n. thung lũng

□ **바다** [바다] ba-da n. biển

□ **해변** [해:변] hae-byeon n. bãi biển

= **바닷가** [바다까/바닫까] ba-da-gga/ba-dat-gga

□ **강** [강] gang n. sông

□ **시내** [시:내] si-nae n. suối

□ **개울** [개울] gae-ul n. lạch

□ **호수** [호수] ho-su n. hồ

□ **연못** [연몯] yeon-mot n. ao

□ **유적** [유적] yu-jeok n. di tích

□ **명승고적** [명승고적] myeong-seung-go-jeok n. danh thắng di tích

□ **문화재** [문화재] mun-hwa-jae n. di sản văn hóa

□ **입장** [입짱] ip-jjang n. việc đi vào

□ **입장하다** [입짱하다] ip-jjang-ha-da v. đi vào

= **들어가다** [드러가다] deu-reo-ga-da

□ **입구** [입꾸] ip-ggu n. lối vào

□ **입장료** [입짱뇨] ip-jjang-nyo n. phí vào cổng

□ **입장권** [입짱꿘] ip-jjang-ggwon n. vé vào cổng

입장료가 얼마예요?
ip-jjang-nyo-ga eol-ma-ye-yo?
Phí vào cổng bao nhiêu tiền?

□ **퇴장** [퇴:장/퉤:장] toe-jang/twe-jang n. việc đi ra

□ **퇴장하다** [퇴:장하다/퉤:장하다] toe-jang-ha-da/twe-jang-ha-da v. đi ra

= **나가다** [나가다] na-ga-da

□ **출구** [출구] chul-gu n. lối ra

출구가 어디예요?
chul-gu-ga eo-di-ye-yo?
Lối ra ở đâu?

□ **도시** [도시] do-si n. thành phố

□ **지방** [지방] ji-bang n. địa phương

□ **마을** [마을] ma-eul n. làng

□ **시골** [시골] si-gol n. làng quê

□ **도로** [도:로] do-ro n. con đường

□ **길거리** [길꺼리] gil-ggeo-ri n. đường phố

= **거리** [거리] geo-ri → **tip.** '거리' có 2 ý nghĩa: đường phố và khoảng cách.

□ **대로** [대:로] dae-ro **n.** đại lộ

= **큰길** [큰길] keun-gil

□ **번화가** [번화가] beon-hwa-ga **n.** khu sầm uất

□ **지름길** [지름낄] ji-reum-ggil **n.** đường tắt

□ **가깝다** [가깝따] ga-ggap-dda **a.** gần

□ **멀다** [멀:다] meol-da **a.** xa

여기에서 멀어요?
yeo-gi-e-seo meo-reo-yo?
Có xa đây không?

□ **사진** [사진] sa-jin **n.** ảnh

저희 사진 좀 찍어 주실래요?
jeo-hi sa-jin jom jji-geo ju-sil-rae-yo?
Anh chụp ảnh giúp chúng tôi nhé.

□ **셀프 카메라** [셀프 카메라] sel-peu ka-me-ra chụp hình tự sướng

= **셀카** [셀카] sel-ka **n.** → **tip.** '셀카' là từ viết tắt '셀프 카메라'.

□ **셀카 봉** [셀카 봉] sel-ka bong gậy tự sướng

□ **선물** [선:물] seon-mul **n.** quà

□ **기념품** [기념품] gi-nyeom-pum **n.** đồ lưu niệm

기념품 가게는 어디 있어요?
gi-nyeom-pum ga-ge-neun eo-di i-sseo-yo?
Tiệm đồ lưu niệm ở đâu?

□ **엽서** [엽써] yeop-sseo **n.** bưu thiếp

□ **그림엽서** [그:림녑써] geu-rim-nyeop-sseo **n.** bưu thiếp ảnh

□ **열쇠고리** [열:쐬고리/열:쒜고리] yeol-ssoe-go-ri/yeol-sswe-go-ri n. móc khóa

□ **토산품** [토산품] to-san-pum n. đặc sản địa phương

□ **특산품** [특싼품] teuk-ssan-pum n. đặc sản

□ **대사관** [대:사관] dae-sa-gwan n. đại sứ quán

□ **영사관** [영사관] yeong-sa-gwan n. lãnh sự quán

23. 여행

Hội thoại hữu ích 회화

이준서 난 베트남으로 여행갈 거야.
nan be-teu-na-meu-ro yeo-haeng-gal geo-ya
Tôi định đi du lịch Việt Nam.

김미나 거기에서 뭐 할 건데?
geo-gi-e-seo mwo hal ggeon-de?
Bạn muốn làm gì ở đó?

이준서 그냥 쉬고 싶어, 많이 관광하지 않고.
geu-nyang swi-go si-peo, ma-ni gwan-gwang-ha-ji an-ko
Tôi chỉ muốn nghỉ ngơi, không muốn tham quan nhiều.

김미나 그럼 다낭을 추천할게. 거기는 조용하고 아름답거든.
geu-reom da-nang-eul chu-cheon-hal-gge.
geo-gi-neun jo-yong-ha-go a-reum-dap-ggeo-deun
Thế bạn nên đi Đà Nẵng vì Đà Nẵng rất yên tĩnh và đẹp.

Tai nạn & Sự cố 사건 & 사고 sa-ggeon & sa-go

□ **사건** [사:껀] sa-ggeon
n. tai nạn, vụ việc

□ **사고** [사:고] sa-go n. sự cố

□ **증거** [증거] jeung-geo
n. chứng cứ

□ **알리다** [알리다] al-ri-da
= **보고하다** [보:고하다] bo-go-ha-da
v. thông báo, tố giác

□ **도둑** [도둑] do-duk n. kẻ trộm

□ **도둑질** [도둑찔] do-duk-jjil
= **절도** [절또] jeol-ddo
n. việc ăn trộm

□ **경찰서** [경:찰써] gyeong-chal-sseo
n. đồn cảnh sát

□ **목격자** [목껵짜] mok-ggyeok-jja
n. người chứng kiến

□ **범죄인** [범:죄인/범:줴인]
beom-joe-in/beom-jwe-in
= **범인** [버:민] beo-min
n. tội phạm

□ **강도** [강:도] gang-do
n. kẻ cướp

□ **소매치기** [소매치기] so-mae-chi-gi
n. kẻ móc túi

□ **사기꾼** [사기꾼] sa-gi-ggun
n. kẻ lừa đảo

□ **부상** [부:상] bu-sang
= **상처** [상처] sang-cheo
n. vết thương

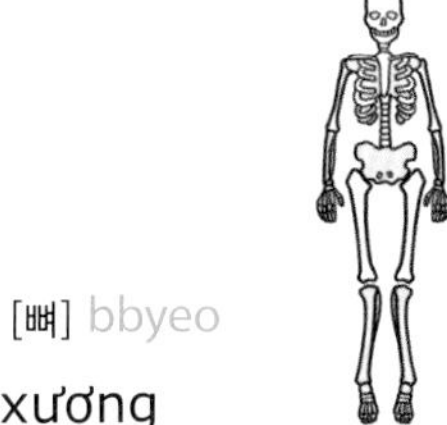

□ **뼈** [뼈] bbyeo
n. xương

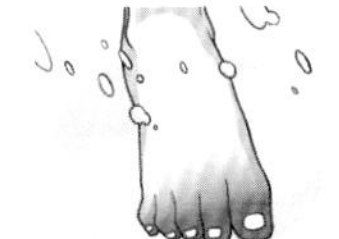

□ **부러지다** [부러지다] bu-reo-ji-da
v. gãy

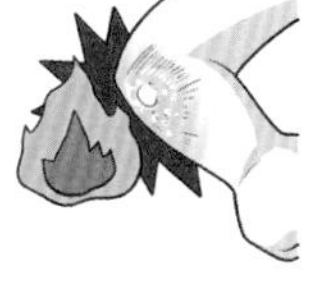

□ **화상** [화:상] hwa-sang n. vết bỏng

□ **데다** [데:다] de-da v. bị bỏng

□ **동상** [동:상] dong-sang
n. bị tê cóng

□ **피** [피] pi
= **혈액** [혀랙] hyeo-raek
n. máu

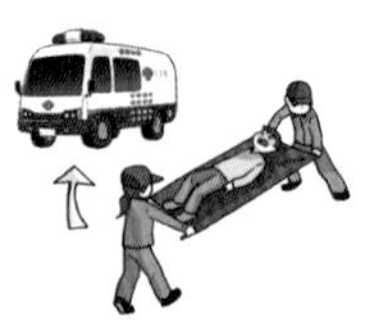

□ **긴급** [긴급] gin-geup
n. sự khẩn cấp

□ **구조** [구:조] gu-jo
n. sự cứu hộ

□ **구급차** [구:급차] gu-geup-cha
= **앰뷸런스** [앰뷸런스]
aem-byul-reon-seu
n. xe cấp cứu

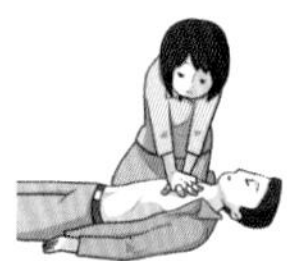

□ **심폐 소생술** [심폐 소생술/심페 소생술]
sim-pye so-saeng-sul/
sim-pe so-saeng-sul hồi sinh tim phổi

□ **치료하다** [치료하다] chi-ryo-ha-da
= **낫다** [낟:따] nat-dda
v. điều trị

□ **구급상자** [구:급쌍자]
gu-geup-ssang-ja
n. hộp cứu thương

□ **심장마비** [심장마비]
sim-jang-ma-bi
ngừng tim

□ **기절** [기절] gi-jeol
= **실신** [실씬] sil-ssin
n. sự ngất xỉu

□ **회복하다** [회보카다/훼보카다]
hoe-bo-ka-da/hwe-bo-ka-da
v. hồi phục

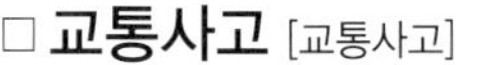

□ **교통사고** [교통사고]
gyo-tong-sa-go
n. tai nạn giao thông

□ **충돌** [충돌]
chung-dol
n. sự va chạm

□ **견인차** [겨닌차]
gyeo-nin-cha
= **레커차** [레커차]
re-keo-cha
n. xe cứu hộ giao thông

□ **화재** [화:재] hwa-jae
= **불** [불] bul
n. hỏa hoạn

□ **폭발** [폭빨] pok-bbal
n. sự nổ

□ **소방차** [소방차]
so-bang-cha
n. xe cứu hỏa

□ **소방서** [소방서]
so-bang-seo
n. trạm cứu hỏa

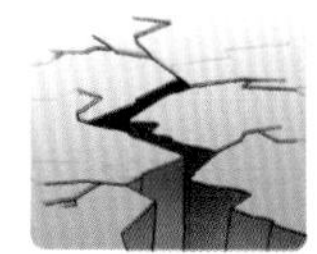

□ **지진** [지진] ji-jin
n. động đất

□ **눈사태** [눈:사태]
nun-sa-tae
n. tuyết lở

□ **산사태** [산사태]
san-sa-tae
n. núi lở

□ **해일** [해:일] hae-il
n. sóng thần

□ **홍수** [홍수] hong-su
n. lũ lụt

□ **사건** [사:껀] sa-ggeon n. tai nạn, vụ việc

□ **사고** [사:고] sa-go n. sự cố

□ **경찰** [경:찰] gyeong-chal n. công an, cảnh sát

= **경찰관** [경:찰관] gyeong-chal-gwan

□ **경찰서** [경:찰써] gyeong-chal-sseo n. đồn cảnh sát

경찰을 부르겠어요.
gyeong-cha-reul bu-reu-get-sseo-yo
Tôi sẽ gọi cảnh sát.

□ **진술** [진:술] jin-sul n. việc tường trình

□ **진술하다** [진:술하다] jin-sul-ha-da v. tường trình

□ **증언** [증언] jeung-eon n. việc làm chứng

□ **증거** [증거] jeung-geo n. chứng cứ

□ **증인** [증인] jeung-in n. nhân chứng

□ **목격자** [목껵짜] mok-ggyeok-jja n. người chứng kiến

□ **알리다** [알리다] al-ri-da v. thông báo, tố giác

= **보고하다** [보:고하다] bo-go-ha-da

□ **신고하다** [신고하다] sin-go-ha-da v. khai báo

□ **통지하다** [통지하다] tong-ji-ha-da v. thông báo

□ **죄** [죄:/쥐] joe/jwe n. tội

□ **유죄** [유:죄/유:줴] yu-joe/yu-jwe n. sự có tội

□ **무죄** [무죄/무줴] mu-joe/mu-jwe n. sự vô tội

□ **범죄** [범:죄/범:줴] beom-joe/beom-jwe n. việc phạm tội

□ 죄책감 [죄:책깜/줴:책깜] joe-chaek-ggam/jwe-chaek-ggam
n. cảm giác tội lỗi

□ 책망 [챙망] chaeng-mang n. sự chỉ trích

□ 가책 [가:책] ga-chaek n. sự khiển trách

□ 양심 [양심] yang-sim n. lương tâm

□ 범죄인 [범:죄인/범:줴인] beom-joe-in/beom-jwe-in n. tội phạm

= 범인 [버:민] beo-min

그가 범인이에요.
geu-ga beo-mi-ni-e-yo
Anh ấy là tội phạm.

□ 용의자 [용의자/용이자] yong-ui-ja/yong-i-ja n. nghi phạm

□ 피의자 [피:의자/피:이자] pi-ui-ja/pi-i-ja n. người bị tình nghi

□ 가해자 [가해자] ga-hae-ja n. người gây hại

□ 피해자 [피:해자] pi-hae-ja n. người bị hại

□ 도둑 [도둑] do-duk n. kẻ trộm

□ 강도 [강:도] gang-do n. kẻ cướp

□ 노상강도 [노:상강도] no-sang-gang-do n. kẻ cướp

어젯밤에 우리 집에 도둑이 들었어요.
eo-jet-bba-me u-ri ji-be do-du-gi deu-reo-sseo-yo
Đêm qua, kẻ trộm đã vào nhà tôi.

□ 도둑질 [도둑찔] do-duk-jjil n. việc ăn trộm

= 절도 [절또] jeol-ddo

□ 도난 [도난] do-nan n. nạn trộm cướp

□ **훔치다** [훔치다] hum-chi-da v. ăn trộm

= **도둑질하다** [도둑찔하다] do-duk-jjil-ha-da

그가 내 지갑을 훔쳤어요.
geu-ga nae ji-ga-beul hum-cheo-sseo-yo
Anh ấy đã trộm ví của tôi.

□ **소매치기** [소매치기] so-mae-chi-gi n. kẻ móc túi

소매치기 주의하세요!
so-mae-chi-gi ju-i-ha-se-yo!
Coi chừng bị móc túi!

□ **사기** [사기] sa-gi n. việc lừa đảo

□ **사기꾼** [사기꾼] sa-gi-ggun n. kẻ lừa đảo

□ **속이다** [소기다] so-gi-da v. lừa dối

□ **살인** [사린] sa-rin n. tội giết người

= **살해** [살해] sal-hae

□ **살인범** [사린범] sa-rin-beom n. tội phạm giết người

= **살해범** [살해범] sal-hae-beom

□ **행방불명** [행방불명] haeng-bang-bul-myeong n. mất tích

□ **실종** [실쫑] sil-jjong n. biến mất

딸이 행방불명됐어요.
dda-ri haeng-bang-bul-myeong-dwae-sseo-yo
Con gái tôi bị mất tích.

□ **부상** [부:상] bu-sang n. vết thương

= **상처** [상처] sang-cheo

□ **타박상** [타:박쌍] ta-bak-ssang n. vết bầm

□ **찰과상** [찰과상] chal-gwa-sang **n.** vết xước

□ **멍** [멍] meong **n.** vết bầm

□ **피멍** [피멍] pi-meong **n.** vết bầm tím

□ **흉터** [흉터] hyung-teo **n.** sẹo

= **흉** [흉] hyung

□ **다치다** [다치다] da-chi-da **v.** bị thương

tip. Khi bị thương thì chúng ta có thể nói là '부상을 당하다 [부:상을 당하다 bu-sang-eul dang-ha-da]' hoặc '상처를 입다 [상처를 입따 sang-cheo-reul ip-dda]'.

□ **아프다** [아프다] a-peu-da **a.** đau

= **고통스럽다** [고통스럽따] go-tong-seu-reop-dda

= **괴롭다** [괴롭따/궤롭따] goe-rop-dda/gwe-rop-dda

□ **따갑다** [따갑따] dda-gap-dda **a.** nhức nhói

□ **쑤시다** [쑤시다] ssu-si-da **v.** đau nhức

□ **욱신거리다** [욱씬거리다] uk-ssin-geo-ri-da **v.** đau nhoi nhói

□ **뻐근하다** [뻐근하다] bbeo-geun-ha-da **a.** tê cứng

□ **뼈** [뼈] bbyeo **n.** xương

□ **부러지다** [부러지다] bu-reo-ji-da **v.** gãy

지난 여름에 다리가 부러졌어요.
ji-nan yeo-reu-me da-ri-ga bu-reo-jeo-sseo-yo
Mùa hè năm ngoái chân tôi bị gãy.

□ **골절** [골쩔] gol-jjeol **n.** việc gãy xương

□ **삐다** [삐:다] bbi-da **v.** trẹo

= **접질리다** [접찔리다] jeop-jjil-ri-da

□ **붓다** [붇:따] but-dda v. sưng

□ **화상** [화:상] hwa-sang n. vết bỏng

□ **데다** [데:다] de-da v. bị bỏng

□ **동상** [동:상] dong-sang n. bị tê cóng

□ **베다** [베:다] be-da v. đứt

□ **베이다** [베이다] be-i-da v. bị đứt

□ **피** [피] pi n. máu

= **혈액** [혀랙] hyeo-raek

□ **출혈** [출혈] chul-hyeol n. sự chảy máu

출혈이 멎도록 여기를 꼭 누르세요.
chul-hyeo-ri meot-ddo-rok yeo-gi-reul ggok nu-reu-se-yo
Anh ấn chặt vào đây để cầm máu.

□ **지혈** [지혈] ji-hyeol n. việc cầm máu

□ **고통** [고통] go-tong n. cơn đau

= **통증** [통:쯩] tong-jjeung

□ **두통** [두통] du-tong n. chứng đau đầu

□ **치통** [치통] chi-tong n. chứng đau răng

□ **의식불명** [의:식불명] ui-sik-bul-myeong bất tỉnh

□ **목발** [목빨] mok-bbal n. nạng gỗ

□ **붕대** [붕대] bung-dae n. băng y tế

□ **깁스** [깁쓰] gip-sseu n. bó bột

= **석고붕대** [석꼬붕대] seok-ggo-bung-dae

□ **침착** [침착] chim-chak n. sự bình tĩnh

□ **침착하다** [침차카다] chim-cha-ka-da a. bình tĩnh

= **차분하다** [차분하다] cha-bun-ha-da

□ **긴급** [긴급] gin-geup n. sự khẩn cấp

□ **긴급하다** [긴그파다] gin-geu-pa-da a. khẩn cấp

□ **응급** [응:급] eung-geup n. cấp cứu

이것은 응급 상황이에요!

i-geo-seun eung-geup sang-hwang-i-e-yo!

Tình trạng khẩn cấp!

□ **구조** [구:조] gu-jo n. sự cứu hộ

□ **응급처치** [응:급처:치] eung-geup-cheo-chi điều trị cấp cứu

= **응급치료** [응:급치료] eung-geup-chi-ryo

□ **구급상자** [구:급쌍자] gu-geup-ssang-ja n. hộp cứu thương

□ **구급차** [구:급차] gu-geup-cha n. xe cấp cứu

= **앰뷸런스** [앰뷸런스] aem-byul-reon-seu

구급차 좀 보내 주시겠어요?

gu-geup-cha jom bo-nae ju-si-ge-sseo-yo?

Ạnh đưa xe cấp cứu đến được không?

□ **응급실** [응:급씰] eung-geup-ssil n. phòng cấp cứu

응급실이 어디예요?

eung-geup-ssi-ri eo-di-ye-yo?

Phòng cấp cứu ở đâu?

□ **뇌졸중** [뇌졸쭝/눼졸쭝] noe-jol-jjung/nwe-jol-jjung n. đột quỵ

= **뇌중풍** [뇌중풍/눼중풍] noe-jung-pung/nwe-jung-pung

□ **간질** [간:질] gan-jil **n.** chứng động kinh

= **뇌전증** [뇌전쯩/눼전쯩] noe-jeon-jjeung/nwe-jeon-jjeung

□ **경련** [경년] gyeong-nyeon **n.** sự co thắt

□ **경기** [경끼] gyeong-ggi **n.** chứng co giật

= **경풍** [경풍] gyeong-pung

□ **심장마비** [심장마비] sim-jang-ma-bi ngừng tim

□ **심폐 소생술** [심폐 소생술/심페 소생술]

sim-pye so-saeng-sul/sim-pe so-saeng-sul hồi sinh tim phổi

□ **인공호흡** [인공호흡] in-gong-ho-heup **n.** hô hấp nhân tạo

□ **질식** [질씩] jil-ssik **n.** sự ngạt thở

□ **기절** [기절] gi-jeol **n.** sự ngất xỉu

= **실신** [실씬] sil-ssin

□ **치료** [치료] chi-ryo **n.** việc điều trị

□ **치료하다** [치료하다] chi-ryo-ha-da **v.** điều trị

□ **낫다** [낟:따] nat-dda **v.** khỏi

□ **회복** [회복/훼복] hoe-bok/hwe-bok **n.** sự hồi phục

□ **회복하다** [회보카다/훼보카다] hoe-bo-ka-da/hwe-bo-ka-da **v.** hồi phục

□ **분실** [분실] bun-sil **n.** đánh mất, thất lạc

□ **분실물** [분실물] bun-sil-mul **n.** đồ thất lạc

□ **분실물 취급소** [분실물 취:급쏘] bun-sil-mul chwi-geup-sso

trạm bảo quản đồ thất lac

분실물 취급소에 확인해 보세요.

bun-sil-mul chwi-geup-sso-e hwa-gin-hae bo-se-yo

Bạn thử liên lạc với trạm bảo quản đồ thất lạc nhé.

□ **미아** [미아] mi-a **n.** trẻ lạc

□ **교통사고** [교통사고] gyo-tong-sa-go **n.** tai nạn giao thông

그 교통사고는 언제 일어난 거죠?
geu gyo-tong-sa-go-neun eon-je i-reo-nan geo-jyo?
Vụ tai nạn giao thông đó xảy ra khi nào?

□ **충돌** [충돌] chung-dol **n.** sự va chạm

□ **충돌하다** [충돌하다] chung-dol-ha-da **v.** va chạm

□ **정면충돌** [정:면충돌] jeong-myeon-chung-dol **n.** va chạm trực diện

정면충돌이었어요.
jeong-myeon-chung-do-ri-eo-sseo-yo
Đó là một vụ va chạm trực diện.

□ **추돌** [추돌] chu-dol **n.** việc đâm vào phía sau

□ **추돌하다** [추돌하다] chu-dol-ha-da **v.** đâm vào phía sau

□ **견인차** [겨닌차] gyeo-nin-cha **n.** xe cứu hộ giao thông

= **레커차** [레커차] re-keo-cha

□ **도망** [도망] do-mang **n.** việc bỏ trốn

= **도주** [도주] do-ju

□ **뺑소니** [뺑소니] bbaeng-so-ni **n.** gây tai nạn rồi bỏ trốn

□ **미끄러지다** [미끄러지다] mi-ggeu-reo-ji-da **v.** trượt

계단에서 미끄러졌어요.
gye-da-ne-seo mi-ggeu-reo-jeo-sseo-yo
Tôi bị trượt cầu thang.

□ **빙판** [빙판] bing-pan **n.** đường trơn

□ **익사** [익싸] ik-ssa n. việc chết đuối

□ **익사하다** [익싸하다] ik-ssa-ha-da v. chết đuối

그는 수영 중에 익사할 뻔했어요.
geu-neun su-yeong jung-e ik-ssa-hal bbeon-hae-sseo-yo
Anh ấy suýt bị chết đuối khi đang bơi.

□ **안전 요원** [안전 요원] an-jeon yo-won nhân viên cứu hộ

□ **화재** [화:재] hwa-jae n. hỏa hoạn

= **불** [불] bul

지난밤에 화재가 났어요.
ji-nan-ba-me hwa-jae-ga na-sseo-yo
Một vụ cháy đã xảy ra đêm qua.

□ **폭발** [폭빨] pok-bbal n. sự nổ

□ **소방관** [소방관] so-bang-gwan n. lính cứu hỏa

□ **소방차** [소방차] so-bang-cha n. xe cứu hỏa

□ **소방서** [소방서] so-bang-seo n. trạm cứu hỏa

□ **재난** [재난] jae-nan n. tai nạn

□ **천재지변** [천재지변] cheon-jae-ji-byeon n. thiên tai

= **자연재해** [자연재해] ja-yeon-jae-hae

□ **지진** [지진] ji-jin n. động đất

□ **눈사태** [눈:사태] nun-sa-tae n. tuyết lở

□ **산사태** [신사태] san-sa-tae n. núi lở

□ **해일** [해:일] hae-il n. sóng thần

□ **화산** [화:산] hwa-san n. núi lửa

□ **가뭄** [가뭄] ga-mum n. hạn hán

□ **홍수** [홍수] hong-su n. lũ lụt

□ **대피소** [대:피소] dae-pi-so n. nơi lánh nạn

24. 미아 신고

Hội thoại hữu ích 실전 회화

문영주 도와주세요. 제 아들이 없어졌어요!
do-wa-ju-se-yo. je a-deu-ri eop-sseo-jeo-sseo-yo!
Giúp tôi với. Con tôi biến mất rồi.

경찰 아드님에 대해 묘사해 주시겠어요?
a-deu-ni-me dae-hae myo-sa-hae ju-si-ge-sseo-yo?
Chị có thể cho tôi biết đặc điểm nhận dạng của cháu không?

문영주 7살이고, 갈색 머리예요. 빨간 재킷을 입고 있어요.
il-gop-ssa-ri-go, gal-ssaek meo-ri-ye-yo.
bbal-gan jae-ki-seul ip-ggo i-sseo-yo
Con tôi 7 tuổi, tóc màu nâu và mặc áo đỏ.

경찰 걱정 마세요, 아주머니. 저희가 찾아드릴게요.
geok-jjeong ma-se-yo, a-ju-meo-ni.
jeo-hi-ga cha-ja-deu-ril-ge-yo
Chị đừng lo. Chúng tôi sẽ tìm cháu cho chị.

Luyện tập

Đọc và nối.

1. 관광 •	• chỗ lưu trú
2. 교통 •	• chuyến du lịch
3. 구급차 •	• giao thông
4. 비행기 •	• khách sạn
5. 사건 •	• máy bay
6. 사고 •	• sự cố
7. 숙소 •	• việc đặt trước
8. 여행 •	• việc lái xe
9. 예약 •	• việc tham quan
10. 운전 •	• tai nạn, vụ việc
11. 자동차 •	• xe cấp cứu
12. 호텔 •	• xe ô tô

1. 관광 – việc tham quan 2. 교통 – giao thông 3. 구급차 – xe cấp cứu
4. 비행기 – máy bay 5. 사건 – tai nạn, vụ việc 6. 사고 – sự cố
7. 숙소 – chỗ lưu trú 8. 여행 – chuyến du lịch 9. 예약 – việc đặt trước
10. 운전 – việc lái xe 11. 자동차 – xe ô tô 12. 호텔 – khách sạn

7장
Những chủ đề khác

25과 **Con Số**
26과 **Tiền Hàn Quốc**
27과 **Hình dạng**
28과 **Màu sắc**
29과 **Vị trí**
30과 **Phương hướng**
31과 **Bản đồ**
32과 **Quốc gia**
33과 **Từ loại trong tiếng Hàn**
34과 **Trật tự từ trong tiếng Hàn**
35과 **Kính ngữ**
36과 **Đuôi từ kết thúc câu**
37과 **Sự biến đổi dạng thức của động từ**

Con Số 숫자 su-jja/sut-jja

■ **숫자** [수:짜/숟:짜] su-jja/sut-jja n. con số
= **수** [수:] su

□ **소수** [소:수] so-su
n. số thập phân

3.14 sam-jjeom-il-sa

□ **분수** [분쑤/분수] bun-ssu/bun-su
n. phân số

$\frac{3}{4}$ sa-bu-ne-sam

■ **기수** [기수] gi-su n. số cơ bản, số từ 0 đến 9

□ **영** [영] yeong n. không
= **공** [공] gong
= **제로** [제로] je-ro

□ **일** [일] il num./d. 1, một
= **하나** [하나] ha-na num./n.
□ **한** [한] han d. một

□ **이** [이:] i num./d. 2, hai
= **둘** [둘:] dul num.
□ **두** [두:] du d. hai

□ **삼** [삼] sam num./d. 3, ba
= **셋** [섿:] set num.
□ **세** [세:] se d. ba

□ **사** [사:] sa num./d. 4, bốn
= **넷** [넫:] net num.
□ **네** [네:] ne d. bốn

□ **오** [오:] o num./d. 5, năm
= **다섯** [다섣] da-seot num.

□ **육** [육] yuk num./d. 6, sáu
= **여섯** [여섣] yeo-seot num.

□ **칠** [칠] chil num./d. 7, bảy
= **일곱** [일곱] il-gop num.

□ **팔** [팔] pal num./d. 8, tám
= **여덟** [여덜] yeo-deol num.

□ **구** [구] gu num./d. 9, chín
= **아홉** [아홉] a-hop num.

□ **십** [십] sip num./d. 10, mười
= **열** [열:] yeol num.

tip. '한', '두', '세' và '네' được dùng khi đếm số lượng.

□ 이십 [이:십] i-sip num./d. 20, hai mươi
= 스물 [스물] seu-mul num.

□ 삼십 [삼십] sam-sip num./d. 30, ba mươi
= 서른 [서른] seo-reun num./d.

□ 사십 [사:십] sa-sip num./d. 40, bốn mươi
= 마흔 [마흔] ma-heun num./d.

□ 오십 [오:십] o-sip num./d. 50, năm mươi
= 쉰 [쉰:] swin num./d.

□ 육십 [육씹] yuk-ssip num./d. 60, sáu mươi
= 예순 [예순] ye-sun num./d.

□ 칠십 [칠씹] chil-ssip num./d. 70, bảy mươi
= 일흔 [일흔] il-heun num./d.

□ 팔십 [팔씹] pal-ssip num./d. 80, tám mươi
= 여든 [여든] yeo-deun num./d.

□ 구십 [구십] gu-sip num./d. 90, chín mươi
= 아흔 [아흔] a-heun num./d.

□ 백 [백] baek num./d. 100, một trăm

□ 천 [천] cheon num./d. 1.000, một nghìn, một ngàn

□ 만 [만:] man num./d. 10.000, mười nghìn

□ 십만 [심만] sim-man num./d. 100.000, một trăm nghìn

□ 백만 [뱅만] baeng-man num./d. 1.000.000, một triệu

□ 천만 [천만] cheon-man num./d. 10.000.000, mười triệu

tip. '천만' được sử dụng như một danh từ, có ý nghĩa 'rất nhiều'.

□ 억 [억] eok num./d. 100.000.000, một trăm triệu

■ **서수** [서:수] seo-su **n.** số thứ tự

□ **첫째** [첟째] cheot-jjae **num./d./n.** thứ nhất

□ **둘째** [둘:째] dul-jjae **num./d./n.** thứ hai

□ **셋째** [섿:째] set-jjae **num./d./n.** thứ ba

□ **넷째** [넫:째] net-jjae **num./d./n.** thứ tư

□ **다섯째** [다섣째] da-seot-jjae **num./d./n.** thứ năm

□ **여섯째** [여섣째] yeo-seot-jjae **num./d./n.** thứ sáu

□ **일곱째** [일곱째] il-gop-jjae **num./d./n.** thứ bảy

□ **여덟째** [여덜째] yeo-deol-jjae **num./d./n.** thứ tám

□ **아홉째** [아홉째] a-hop-jjae **num./d./n.** thứ chín

□ **열째** [열:째] yeol-jjae **num./d./n.** thứ mười

□ **스무째** [스무째] seu-mu-jjae **num./d./n.** thứ hai mươi

= **스물째** [스물째] seu-mul-jjae

1,234

(일)천 이백 삼십 사

(il-)cheon i-baek sam-sip sa

Một nghìn hai trăm ba mươi bốn

12,345

(일)만 이천 삼백 사십 오

(il-)man i-cheon sam-baek sa-sip o

Mười hai nghìn ba trăm bốn mươi lăm

Tiền Hàn Quốc 한국 돈 han-guk don

■ **동전** [동전] dong-jeon
n. tiền xu

tip. Hiện nay '일 원' và '오 원' không còn được lưu hành. '십 원' cũng ít được sử dụng.

□ **일 원** [일 원]
il won
một won

□ **오 원** [오: 원]
o won
năm won

□ **십 원** [십 원]
sip won
mười won

□ **오십 원** [오:십 원]
o-sip won
năm mươi won

□ **백 원** [백 원] baek won
một trăm won

□ **오백 원** [오:백 원] o-baek won
năm trăm won

■ **지폐** [지폐/지페] ji-pye/ji-pe n. tiền giấy

□ **천 원** [천 원] cheon won
một nghìn won

□ **오천 원** [오:천 원] o-cheon won
năm nghìn won

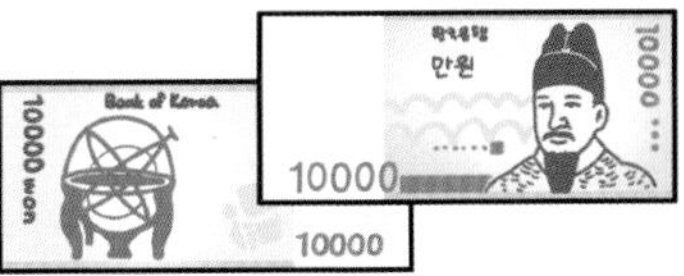

□ **만 원** [만: 원] man won
mười nghìn won

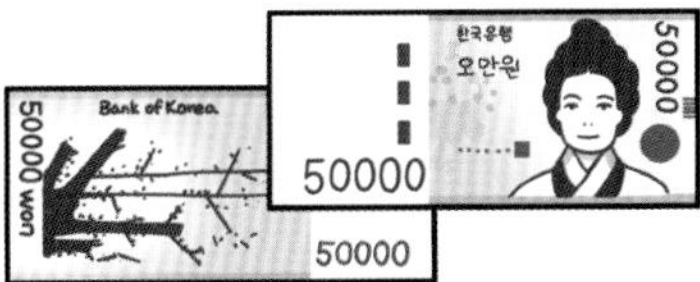

□ **오만 원** [오:만 원] o-man won
năm mươi nghìn won

■ **수표** [수표] su-pyo n. ngân phiếu

tip. Ở Hàn Quốc, người ta có xu hướng sử dụng ngân phiếu khi chi trả hơn một trăm nghìn won.

Hình dạng 모양 mo-yang

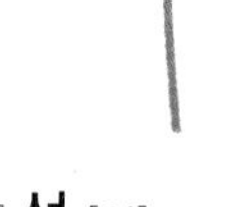

■ **모양** [모양] mo-yang
= **꼴** [꼴] ggol
n. hình dạng

□ **점** [점] jeom
n. chấm, điểm

□ **선** [선] seon
= **라인** [라인] ra-in
n. đường

□ **직선** [직썬] jik-sseon
n. đường thẳng

□ **곡선** [곡썬] gok-sseon
n. đường cong

□ **사선** [사선] sa-seon
n. đường chéo

□ **면** [면:] myeon
n. mặt

□ **평면** [평면] pyeong-myeon
n. mặt phẳng

□ **원** [원] won
n. hình tròn

□ **원형** [원형] won-hyeong
n. hình tròn

□ **둥글다** [둥글다] dung-geul-da
a. tròn
v. tròn

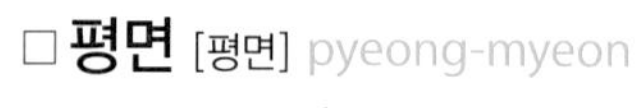

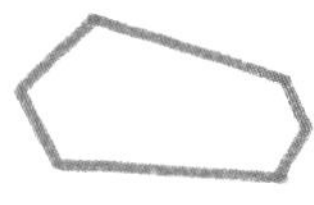

□ **다각형** [다가켱] da-ga-kyeong
n. hình đa giác

□ **세모** [세:모] se-mo
= **삼각** [삼각] sam-gak
= **삼각형** [삼가켱] sam-ga-kyeong
n. hình tam giác

□ **네모** [네:모] ne-mo
= **사각** [사:각] sa-gak
= **사각형** [사:가켱] sa-ga-kyeong
n. hình tứ giác

□ **정사각형** [정:사가켱] jeong-sa-ga-kyeong
n. hình vuông

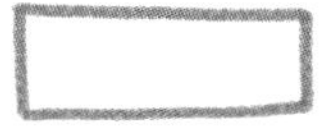

□ **직사각형** [직싸가켱] jik-ssa-ga-kyeong
n. hình chữ nhật

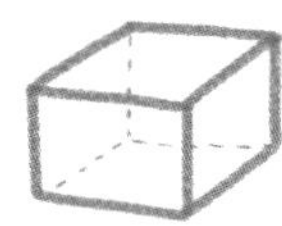

■ **입체** [입체] ip-che
n. hình lập thể

□ **구체(球體)** [구체] gu-che
n. hình cầu

□ **원뿔** [원뿔] won-bbul
n. hình nón

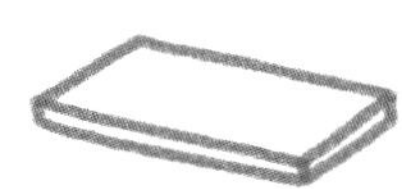

□ **편평하다** [편평하다] pyeon-pyeong-ha-da
a. bằng phẳng

□ **수평** [수평] su-pyeong
a. đường nằm ngang

□ **수직** [수직] su-jik
a. đường vuông góc

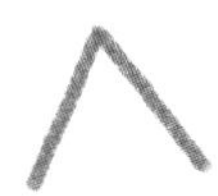

□ **뾰족하다** [뾰조카다] bbyo-jo-ka-da
a. nhọn

□ **화살표** [화살표] hwa-sal-pyo
n. hình mũi tên

□ **하트** [하트] ha-teu
hình trái tim

Màu sắc 색깔 saek-ggal

■ **색깔** [색깔] saek-ggal

= **색** [색] saek

n. màu sắc

□ **흰색** [힌색] hin-saek

= **백색** [백쌕] baek-sseak

= **하얀색** [하얀색] ha-yan-saek

= **하양** [하양] ha-yang

n. màu trắng

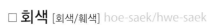

tip. Thêm '새' phía trước từ vựng chỉ màu sắc khi muốn diễn đạt mức độ cao hơn, có ý nghĩa như "rất". Ví dụ, '하얀색' thêm '새' là '새하얗다'. Từ này có ý nghĩa "rất trắng". Nhưng tiền tố này chỉ sử dụng cho một số màu.

□ **검은색** [거믄색] geo-meun-saek

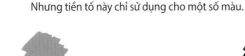

= **흑색** [흑쌕] heuk-ssaek

= **검정** [검정] geom-jeong

n. màu đen

□ **회색** [회색/훼색] hoe-saek/hwe-saek

n. màu xám

□ **빨간색** [빨간색] bbal-gan-saek

= **홍색** [홍색] hong-saek

= **붉은색** [불근색] bul-geun-saek

= **빨강** [빨강] bbal-gang

n. màu đỏ

□ **주황색** [주황색] ju-hwang-saek

= **주황** [주황] ju-hwang

n. màu cam

□ **노란색** [노란색] no-ran-saek

= **노랑** [노랑] no-rang

n. màu vàng

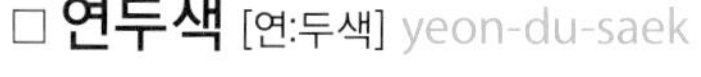

☐ **연두색** [연:두색] yeon-du-saek
= **연두** [연:두] yeon-du
n. màu xanh nõn chuối

☐ **초록색** [초록쌕] cho-rok-ssaek
= **녹색** [녹쌕] nok-ssaek
= **초록** [초록] cho-rok
n. màu xanh lá cây

☐ **하늘색** [하늘쌕] ha-neul-ssaek
n. màu xanh da trời

☐ **파란색** [파란색] pa-ran-saek
= **청색** [청색] cheong-saek
= **파랑** [파랑] pa-rang
n. màu xanh dương

☐ **남색** [남색] nam-saek
n. màu xanh đậm

tip. '푸른색 [pu-reun-saek]' là màu xanh.

☐ **보라색** [보라색] bo-ra-saek
= **보라** [보라] bo-ra
n. màu tím

☐ **연보라색** [연:보라색] yeon-bo-ra-saek
= **연보라** [연:보라] yeon-bo-ra
n. màu tím nhạt

☐ **자주색** [자:주색] ja-ju-saek
= **자색** [자:색] ja-saek
= **자주** [자:주] ja-ju
n. màu mận chín

☐ **분홍색** [분:홍색] bun-hong-saek
= **분홍** [분:홍] bun-hong
= **핑크** [핑크] ping-keu
n. màu hồng

□ **갈색** [갈쌕] gal-ssaek
n. màu nâu

□ **카키색** [카키색] ka-ki-saek
= **국방색** [국빵색] guk-bbang-saek
n. màu xanh rêu

□ **금색** [금색] geum-saek
n. màu vàng kim

□ **은색** [은색] eun-saek
n. màu bạc

□ **짙다** [짇따] jit-dda
= **진하다** [진하다] jin-ha-da
a. đậm

□ **옅다** [엳따] yeot-dda
= **연하다** [연:하다] yeon-ha-da
a. nhạt

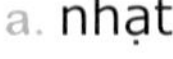

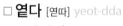

□ **다색** [다색] da-saek
n. nhiều màu sắc

□ **단색** [단색] dan-saek
n. đơn sắc

Vị trí 위치 wi-chi

□ 위 [위] wi

n. trên

□ 앞 [압] ap

n. trước

□ 뒤 [뒤:] dwi

n. sau

□ 아래 [아래] a-rae

n. dưới

□ 안 [안] an

n. trong

□ 밖 [박] bak

= 바깥 [바깓] ba-ggat

n. ngoài

□ 옆 [엽] yeop

n. bên cạnh

□ **왼쪽** [왼:쪽/웬:쪽] oen-jjok/wen-jjok
= **좌측** [좌:측] jwa-cheuk
n. bên trái

□ **오른쪽** [오른쪽] o-reun-jjok
= **바른편** [바른편] ba-reun-pyeon
= **우측** [우:측] u-cheuk
n. bên phải

□ **양쪽** [양:쪽] yang-jjok
n. hai bên

□ **사이** [사이] sa-i
n. giữa

□ **가운데** [가운데] ga-un-de
= **중간** [중간] jung-gan
= **중앙** [중앙] jung-ang
n. giữa

□ **~(으)로** [(으)로] (eu-)ro
p. đến

tip. Với danh từ kết thúc bằng nguyên âm, hoặc phụ âm 'ㄹ' thì chúng ta sẽ sử dụng '로'. Với danh từ kết thúc bằng phụ âm thì chúng ta sử dụng '으로'.

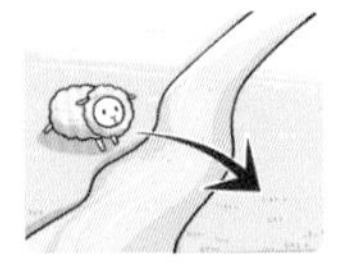

□ **향하다** [향:하다] hyang-ha-da
v. hướng về

Phương hướng 방위 bang-wi

□ 북쪽 [북쪽] buk-jjok
= 북 [북] buk
n. phía Bắc

□ 북서쪽 [북써쪽] buk-sseo-jjok
= 북서 [북써] buk-sseo
n. phía Tây Bắc

□ 북동쪽 [북똥쪽] buk-ddong-jjok
= 북동 [북똥] buk-ddong
n. phía Đông Bắc

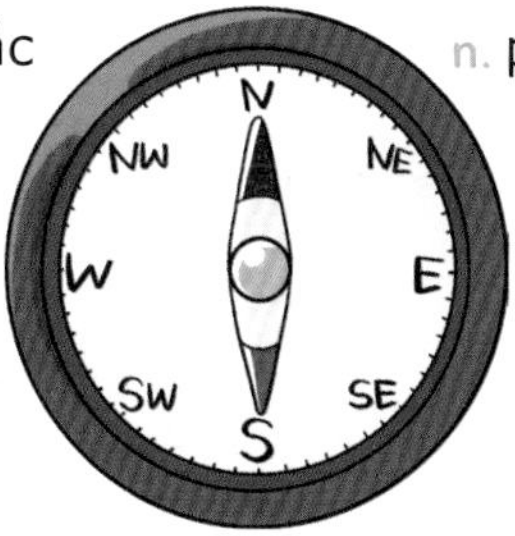

□ 서쪽 [서쪽] seo-jjok
= 서 [서] seo
n. phía Tây

□ 동쪽 [동쪽] dong-jjok
= 동 [동] dong
n. phía Đông

□ 남서쪽 [남서쪽] nam-seo-jjok
= 남서 [남서] nam-seo
n. phía Tây Nam

□ 남동쪽 [남동쪽] nam-dong-jjok
= 남동 [남동] nam-dong
n. phía Đông Nam

□ 남쪽 [남쪽] nam-jjok
= 남 [남] nam
n. phía Nam

□ 동서남북 [동서남북] dong-seo-nam-buk n. Đông Tây Nam Bắc

□ 동서 [동서] dong-seo n. Đông Tây

□ 남북 [남북] nam-buk n. Nam Bắc

Bản đồ 지도 ji-do

① **유럽** [유럽] yu-reop n. châu Âu

② **아시아** [아시아] a-si-a n. châu Á

③ **중동** [중동] jung-dong n. Trung Đông

④ **아프리카** [아프리카] a-peu-ri-ka n. châu Phi

⑤ **오세아니아** [오세아니아] o-se-a-ni-a n. châu Úc

⑥ **북아메리카** [부가메리카] bu-ga-me-ri-ka n. Bắc Mỹ

⑦ **중앙아메리카** [중앙아메리카] jung-ang-a-me-ri-ka n. Trung Mỹ

⑧ **남아메리카** [나마메리카] na-ma-me-ri-ka n. Nam Mỹ

⑨ **북극** [북끅] buk-ggeuk n. Bắc cực

⑩ **남극** [남극] nam-geuk n. Nam cực

① **태평양** [태평냥] tae-pyeong-nyang n. Thái Bình Dương

② **인도양** [인도양] in-do-yang n. Ấn Độ Dương

③ **대서양** [대:서양] dae-seo-yang n. Đại Tây Dương

④ **북극해** [북끄캐] buk-ggeu-kae n. biển Bắc cực

⑤ **남극해** [남그캐] nam-geu-kae n. biển Nam cực

⑥ **지중해** [지중해] ji-jung-hae n. Địa Trung Hải

Quốc gia 국가 guk-gga

■ 아시아 [아시아] a-si-a n. châu Á

■ 동북아시아 [동부가시아] dong-bu-ga-si-a n. Đông Bắc Á

= 동북아 [동부가] dong-bu-ga

□ 대한민국 [대:한민국] dae-han-min-guk n. Hàn Quốc

= 한국 [한:국] han-guk

□ 남한 [남한] nam-han n. Hàn Quốc

□ 한국 사람 [한:국 사:람] han-guk sa-ram người Hàn Quốc

tip. Thêm từ '사람' hoặc '인' vào sau tên của một nước để chỉ quốc tịch. Ví dụ, thêm '사람' phía sau '한국', hoặc thêm '인' phía sau '한국' đều có ý nghĩa là 'người Hàn Quốc'.

tip. '한국' là từ viết tắt '대한민국'. '남한' cũng để chỉ nước Hàn Quốc.

□ 북한 [부칸] bu-kan n. Bắc Triều Tiên

□ 북한 사람 [부칸 사:람] bu-kan sa-ram người Bắc Triều Tiên

□ 일본 [일본] il-bon n. Nhật Bản

□ 일본 사람 [일본 사:람] il-bon sa-ram người Nhật Bản

□ 중국 [중국] jung-guk n. Trung Quốc

□ 중국 사람 [중국 사:람] jung-guk sa-ram người Trung Quốc

□ 대만 [대만] dae-man n. Đài Loan

= 타이완 [타이완] ta-i-wan

□ 대만 사람 [대만 사:람] dae-man sa-ram người Đài Loan

= 타이완 사람 [타이완 사:람] ta-i-wan sa-ram

■ **동남아시아** [동나마시아] dong-na-ma-si-a **n.** Đông Nam Á

= **동남아** [동나마] dong-na-ma

□ **말레이시아** [말레이시아] mal-re-i-si-a **n.** Ma-lay-si-a

□ **말레이시아 사람** [말레이시아 사:람] mal-re-i-si-a sa-ram người Ma-lay-si-a

□ **베트남** [베트남] be-teu-nam **n.** Việt Nam

□ **베트남 사람** [베트남 사:람] be-teu-nam sa-ram người Việt Nam

□ **싱가포르** [싱가포르] sing-ga-po-reu **n.** Sin-ga-po

□ **싱가포르 사람** [싱가포르 사:람] sing-ga-po-reu sa-ram người Sin-ga-po

□ **인도네시아** [인도네시아] in-do-ne-si-a **n.** In-đô-nê-xi-a

□ **인도네시아 사람** [인도네시아 사:람] in-do-ne-si-a sa-ram người In-đô-nê-xi-a

□ **태국** [태국] tae-guk **n.** Thái Lan

= **타이** [타이] ta-i

□ **태국 사람** [태국 사:람] tae-guk sa-ram người Thái Lan

= **타이 사람** [타이 사:람] ta-i sa-ram

□ **필리핀** [필리핀] pil-ri-pin **n.** Phi-líp-pin

□ **필리핀 사람** [필리핀 사:람] pil-ri-pin sa-ram người Phi-líp-pin

■ **남아시아** [나마시아] na-ma-si-a **n.** Nam Á

□ **네팔** [네팔] ne-pal **n.** Nê-pan

□ **네팔 사람** [네팔 사:람] ne-pal sa-ram người Nê-pan

□ **스리랑카** [스리랑카] seu-ri-rang-ka **n.** Xri Lan-ca

□ **스리랑카 사람** [스리랑카 사:람] seu-ri-rang-ka sa-ram người Xri Lan-ca

□ **인도** [인도] in-do n. Ấn Độ

□ **인도 사람** [인도 사:람] in-do sa-ram người Ấn Độ

□ **파키스탄** [파키스탄] pa-ki-seu-tan n. Pa-ki-xtan

□ **파키스탄 사람** [파키스탄 사:람] pa-ki-seu-tan sa-ram người Pa-ki-xtan

■ **중동** [중동] jung-dong n. Trung Đông

□ **사우디아라비아** [사우디아라비아] sa-u-di-a-ra-bi-a n. Ả Rập Xê-út

□ **사우디아라비아 사람** [사우디아라비아 사:람] sa-u-di-a-ra-bi-a sa-ram người Ả Rập Xê-út

□ **시리아** [시리아] si-ri-a n. Xy-ri

□ **시리아 사람** [시리아 사:람] si-ri-a sa-ram người Xy-ri

□ **아랍에미리트** [아랍에미리트] a-rap-e-mi-ri-teu n. Các tiểu Vương quốc Ả rập Thống nhất

□ **아랍에미리트 사람** [아랍에미리트 사:람] a-rap-e-mi-ri-teu sa-ram người các tiểu Vương quốc Ả rập thống nhất

□ **이라크** [이라크] i-ra-keu n. I-rắc

□ **이라크 사람** [이라크 사:람] i-ra-keu sa-ram người I-rắc

□ **이란** [이란] i-ran n. I-ran

□ **이란 사람** [이란 사:람] i-ran sa-ram người I-ran

□ **쿠웨이트** [쿠웨이트] ku-we-i-teu n. Kuwait

□ **쿠웨이트 사람** [쿠웨이트 사:람] ku-we-i-teu sa-ram người Kuwait

■ **아메리카** [아메리카] a-me-ri-ka n. châu Mỹ

■ **북아메리카** [부가메리카] bu-ga-me-ri-ka n. Bắc Mỹ

= **북미** [붕미] bung-mi

□ **미국** [미국] mi-guk n. Mỹ

□ **미국 사람** [미국 사:람] mi-guk sa-ram người Mỹ

□ **캐나다** [캐나다] kae-na-da n. Ca-na-đa

□ **캐나다 사람** [캐나다 사:람] kae-na-da sa-ram người Ca-na-đa

■ **중앙아메리카** [중앙아메리카] jung-ang-a-me-ri-ka n. Trung Mỹ

= **중미** [중미] jung-mi

□ **과테말라** [과테말라] gwa-te-mal-ra n. Goa-tê-ma-la

□ **과테말라 사람** [과테말라 사:람] gwa-te-mal-ra sa-ram người Goa-tê-ma-la

□ **도미니카공화국** [도미니카공화국] do-mi-ni-ka-gong-hwa-guk n. Cộng hòa Dominica

□ **도미니카 사람** [도미니카 사:람] do-mi-ni-ka sa-ram người Cộng hòa Dominica

□ **멕시코** [멕씨코] mek-ssi-ko n. Mê-hi-cô

□ **멕시코 사람** [멕씨코 사:람] mek-ssi-ko sa-ram người Mê-hi-cô

□ **쿠바** [쿠바] ku-ba n. Cu-ba

□ **쿠바 사람** [쿠바 사:람] ku-ba sa-ram người Cu-ba

■ **남아메리카** [나마메리카] na-ma-me-ri-ka n. Nam Mỹ

= **남미** [남미] nam-mi

□ **브라질** [브라질] beu-ra-jil **n.** Bra-xin

□ **브라질 사람** [브라질 사:람] beu-ra-jil sa-ram người Bra-xin

□ **아르헨티나** [아르헨티나] a-reu-hen-ti-na **n.** Ác-hen-ti-na

□ **아르헨티나 사람** [아르헨티나 사:람] a-reu-hen-ti-na sa-ram người Ác-hen-ti-na

□ **에콰도르** [에콰도르] e-kwa-do-reu **n.** Ê-cu-a-đo

□ **에콰도르 사람** [에콰도르 사:람] e-kwa-do-reu sa-ram người Ê-cu-a-đo

□ **우루과이** [우루과이] u-ru-gwa-i **n.** U-ru-goay

□ **우루과이 사람** [우루과이 사:람] u-ru-gwa-i sa-ram người U-ru-goay

□ **칠레** [칠레] chil-re **n.** Chi-lê

□ **칠레 사람** [칠레 사:람] chil-re sa-ram người Chi-lê

□ **콜롬비아** [콜롬비아] kol-rom-bi-a **n.** Cô-lôm-bi-a

□ **콜롬비아 사람** [콜롬비아 사:람] kol-rom-bi-a sa-ram người Cô-lôm-bi-a

□ **페루** [페루] pe-ru **n.** Pê-ru

□ **페루 사람** [페루 사:람] pe-ru sa-ram người Pê-ru

■ **유럽** [유럽] yu-reop **n.** châu Âu

□ **그리스** [그리스] geu-ri-seu **n.** Hy Lạp

□ **그리스 사람** [그리스 사:람] geu-ri-seu sa-ram người Hy Lạp

□ **네덜란드** [네덜란드] ne-deol-ran-deu **n.** Hà Lan

□ **네덜란드 사람** [네덜란드 사:람] ne-deol-ran-deu sa-ram người Hà Lan

□ **노르웨이** [노르웨이] no-reu-we-i **n.** Na Uy

□ **노르웨이 사람** [노르웨이 사:람] no-reu-we-i sa-ram người Na Uy

□ **덴마크** [덴마크] den-ma-keu **n.** Đan Mạch

□ **덴마크 사람** [덴마크 사:람] den-ma-keu sa-ram người Đan Mạch

□ **독일** [도길] do-gil **n.** Đức

□ **독일 사람** [도길 사:람] do-gil sa-ram người Đức

□ **러시아** [러시아] reo-si-a **n.** Nga

□ **러시아 사람** [러시아 사:람] reo-si-a sa-ram người Nga

□ **루마니아** [루마니아] ru-ma-ni-a **n.** Ru-ma-ni

□ **루마니아 사람** [루마니아 사:람] ru-ma-ni-a sa-ram người Ru-ma-ni

□ **벨기에** [벨기에] bel-gi-e **n.** Bỉ

□ **벨기에 사람** [벨기에 사:람] bel-gi-e sa-ram người Bỉ

□ **스웨덴** [스웨덴] seu-we-den **n.** Thụy Điển

□ **스웨덴 사람** [스웨덴 사:람] seu-we-den sa-ram người Thụy Điển

□ **스위스** [스위스] seu-wi-seu **n.** Thụy Sĩ

□ **스위스 사람** [스위스 사:람] seu-wi-seu sa-ram người Thụy Sĩ

□ **스페인** [스페인] seu-pe-in **n.** Tây Ban Nha

= **에스파냐** [에스파냐] e-seu-pa-nya

□ **스페인 사람** [스페인 사:람] seu-pe-in sa-ram người Tây Ban Nha

= **에스파냐 사람** [에스파냐 사:람] e-seu-pa-nya sa-ram

□ **영국** [영국] yeong-guk **n.** Anh

□ **영국 사람** [영국 사:람] yeong-guk sa-ram người Anh

□ **오스트리아** [오스트리아] o-seu-teu-ri-a **n.** Áo

□ **오스트리아 사람** [오스트리아 사:람] o-seu-teu-ri-a sa-ram người Áo

□ **이탈리아** [이탈리아] i-tal-ri-a **n.** Ý

□ **이탈리아 사람** [이탈리아 사:람] i-tal-ri-a sa-ram người Ý

□ **터키** [터키] teo-ki **n.** Thổ Nhĩ Kỳ

□ **터키 사람** [터키 사:람] teo-ki sa-ram người Thổ Nhĩ Kỳ

□ **폴란드** [폴란드] pol-ran-deu **n.** Ba Lan

□ **폴란드 사람** [폴란드 사:람] pol-ran-deu sa-ram người Ba Lan

□ **프랑스** [프랑스] peu-rang-seu **n.** Pháp

□ **프랑스 사람** [프랑스 사:람] peu-rang-seu sa-ram người Pháp

□ **핀란드** [필란드] pil-ran-deu **n.** Phần Lan

□ **핀란드 사람** [필란드 사:람] pil-ran-deu sa-ram người Phần Lan

□ **헝가리** [헝가리] heong-ga-ri **n.** Hung-ga-ri

□ **헝가리 사람** [헝가리 사:람] heong-ga-ri sa-ram người Hung-ga-ri

■ **오세아니아** [오세아니아] o-se-a-ni-a **n.** châu Úc

= **대양주** [대:양주] dae-yang-ju

□ **뉴질랜드** [뉴질랜드] nyu-jil-raen-deu **n.** Niu Di-lân

□ **뉴질랜드 사람** [뉴질랜드 사:람] nyu-jil-raen-deu sa-ram người Niu Di-lân

□ **호주** [호주] ho-ju **n.** Úc

= **오스트레일리아** [오스트레일리아] o-seu-teu-re-il-ri-a

□ 호주 사람 [호주 사:람] ho-ju sa-ram người Úc

= 오스트레일리아 사람 [오스트레일리아 사:람] o-seu-teu-re-il-ri-a sa-ram

■ 아프리카 [아프리카] a-peu-ri-ka n. châu Phi

□ 가나 [가나] ga-na n. Ghana

□ 가나 사람 [가나 사:람] ga-na sa-ram người Ghana

□ 나이지리아 [나이지리아] na-i-ji-ri-a n. Ni-giê-ri-a

□ 나이지리아 사람 [나이지리아 사:람] na-i-ji-ri-a sa-ram người Ni-giê-ri-a

□ 남아프리카공화국 [나마프리카공화국] na-ma-peu-ri-ka-gong-hwa-guk n. Cộng hòa Nam Phi

= 남아공 [나마공] na-ma-gong

□ 남아공 사람 [나마공 사:람] na-ma-gong sa-ram người Cộng hòa Nam Phi

□ 모로코 [모로코] mo-ro-ko n. Ma-rốc

□ 모로코 사람 [모로코 사:람] mo-ro-ko sa-ram người Ma-rốc

□ 수단 [수단] su-dan n. Xu-đăng

□ 수단 사람 [수단 사:람] su-dan sa-ram người Xu-đăng

□ 에티오피아 [에티오피아] e-ti-o-pi-a n. Ê-ti-ô-pi-a

□ 에티오피아 사람 [에티오피아 사:람] e-ti-o-pi-a sa-ram người Ê-ti-ô-pi-a

□ 이집트 [이집트] i-jip-teu n. Ai Cập

□ 이집트 사람 [이집트 사:람] i-jip-teu sa-ram người Ai Cập

□ 케냐 [케냐] ke-nya n. Kê-ni-a

□ 케냐 사람 [케냐 사:람] ke-nya sa-ram người Kê-ni-a

Từ loại trong tiếng Hàn 한국어 품사

체언	Danh từ	명사 myeong-sa	Danh từ là những từ dùng để gọi tên các sự vật, tên riêng của con người, khái niệm cụ thể hoặc để gọi tên những sự vật, hiện tượng. 가방 ga-bang (túi xách) 서울 seo-ul (Seoul) 것 geot (cái) 한국인 han-gu-gin (người Hàn Quốc)
	Đại từ	대명사 dae-myeong-sa	Đại từ là những từ dùng để thay thế, chỉ định danh từ trong những ngữ cảnh nhất định. Đại từ cũng có thể chia ra thành đại từ nhân xưng và đại từ chỉ định. 나 na (tôi) 너희 neo-hi (bạn) 이것 i-geot (đây) 저기 jeo-gi (kia)
	Số từ	수사 su-sa	Số từ là những từ chỉ số lượng và số thứ tự của sự vật. 하나 ha-na (một) 첫째 cheot-jjae (thứ nhất)

관계언	Tiểu từ (trợ từ)	조사 jo-sa	Tiểu từ (trợ từ) là những từ đi kèm theo sau các thành phần có ý nghĩa phân biệt các bộ phận của mỗi câu. 가 ga /이 i (tiểu từ chủ ngữ) 를 reul /을 eul (tiểu từ bổ ngữ) 과 gwa /와 wa (với) 로 ro /으로 eu-ro (đến) 에 e (tại, ở)
	Đuôi từ	어미 eo-mi	Đuôi từ là một phụ tố được đứng cuối từ gốc nhằm làm thay đổi ý nghĩa. 습니다 seum-ni-da /어요 eo-yo (đuôi từ trần thuật) 니? ni /나요? na-yo (đuôi từ nghi vấn) 고 go (đuôi từ liên kết)

용언	Động từ	동사 dong-sa	Động từ là từ biểu thị hành động hoặc trạng thái. Động từ có vai trò chủ yếu làm vị ngữ trong câu. **tip.** Nếu gắn '이다 [i-da]' vào sau danh từ thì được sử dụng như một động từ. 놀다 nol-da (chơi) 사람이다 sa-ra-mi-da (là con người)
	Tính từ	형용사 hyeong-yong-sa	Tính từ là từ gọi tên một thuộc tính của một danh từ. Nhưng tính từ trong tiếng Hàn cũng có vai trò chủ yếu làm vị ngữ trong câu. **tip.** Tính từ trong tiếng Hàn được sử dụng như động từ. Nó được gọi là '상태동사 [상태동:사 sang-tae-dong-sa]', động từ chỉ trạng thái. 귀엽다 gwi-yeop-dda (dễ thương) 춥다 chup-dda (lạnh)

수식언	Định từ	관형사 gwan-hyeong-sa	Định từ là các từ đơn lẻ đứng trước danh từ để bổ sung nghĩa. **tip.** Các định từ có thể mô tả chất lượng (mới, cũ), số lượng (mỗi, một số) hoặc giải thích đối tượng nào đang được đề cập đến (này, kia). 순 sun (thuần khiết) 한 han (một)
	Trạng từ	부사 bu-sa	Trạng từ là từ hoặc cụm từ sửa đổi ý nghĩa của một tính từ, động từ hoặc trạng từ khác. Trạng từ thể hiện địa điểm, thời gian hoặc mức độ. 매우 mae-u (rất) 많이 ma-ni (nhiều) 늘 neul (luôn luôn)

독립언	Thán từ	감탄사 gam-tan-sa	Thán từ là từ dùng để biểu thị cảm xúc và có quan hệ trực tiếp với cảm xúc. 아 a (A) 아이구 a-i-gu (Ối) 어머 eo-meo (Trời ơi)

Trật tự từ trong tiếng Hàn 한국어 어순

Trật tự từ cơ bản trong câu tiếng Hàn là '**chủ** ngữ + **tân** ngữ + **động** từ'. Trong tiếng Hàn, có trợ từ chủ ngữ, trợ từ tân ngữ và những trợ từ khác.

1. **chủ** ngữ + **động** từ (vị ngữ)

chủ **động**
나는 산다.
na-neun san-da
Tôi mua.

2. **chủ** ngữ + **tân** ngữ + **động** từ

chủ **tân** **động**
나는 책을 산다.
na-neun chae-geul san-da
Tôi mua sách.

3. **định** từ + **danh** từ

định **danh**
나는 저 책을 산다.
na-neun jeo chae-geul san-da
Tôi mua quyển sách kia.

4. **trạng** từ + **động** từ

trạng **động**
나는 책을 많이 산다.
na-neun chae-geul ma-ni san-da
Tôi mua nhiều quyển sách.

Kính ngữ 존댓말

Tiếng Hàn đề cao vai trò giữa người nói hoặc người viết với người đối diện bằng kính ngữ được thể hiện thông qua chủ ngữ. Do đó trong văn hóa truyền thống, kính ngữ là một phần rất quan trọng của tiếng Hàn.

1. Kính ngữ của danh từ 존대 체언 jon-dae che-eon

Nghĩa	Dạng thường	Dạng kính ngữ
cơm	밥 bap	진지 jin-ji
nhà	집 jip	댁 daek
lời nói	말 mal	말씀 mal-sseum
tuổi	나이 na-i	연세 yeon-se
Hậu tố	씨 ssi /님 nim	**tip.** '님' là hình thức tôn kính nhất, thậm chí ở trên '씨'.
giáo viên	선생 seon-saeng	선생님 seon-saeng-nim
bố	아버지 a-beo-ji	아버님 a-beo-nim
mẹ	어머니 eo-meo-ni	어머님 eo-meo-nim
anh	형 hyeong	형님 hyeong-nim
cho, với (ai đó)	에게 e-ge	께 gge
trợ từ chủ ngữ	가 ga /이 i	께서 gge-seo

tip. Đây là cách nói mà người nói có thể thể hiện sự tôn trọng cho người nghe.
Ví dụ, sử dụng '저 [jeo]' thay vì '나 [na]'.
'저는 학생입니다. [저는 학쌩임니다 jeo-neun hak-ssaeng-im-ni-da] (Tôi là học sinh.)'
Câu này cho thấy sự tôn trọng người nghe.

2. **Kính ngữ của động từ** 존대 용언 jon-dae yong-eon

Thêm '**-시** si-' hoặc '**-으시** eu-si-' vào thân động từ, tính từ để chỉ hành động hay tính chất của chủ thể được tôn trọng.

Nghĩa	Dạng thường	Dạng kính ngữ
đi	가다 ga-da	가시다 ga-si-da
nhận	받다 bat-dda	받으시다 ba-deu-si-da
có, ở	있다 it-dda	계시다 gye-si-da
uống	마시다 ma-si-da	드시다 deu-si-da
ăn	먹다 meok-dda	드시다 deu-si-da, 잡수시다 jap-ssu-si-da
ngủ	자다 ja-da	주무시다 ju-mu-si-da
đói	배고프다 bae-go-peu-da	시장하시다 si-jang-ha-si-da

Đuôi từ kết thúc câu 문장 종결법

1. Câu tường thuật 서술문 seo-sul-mun

tip. Khi đọc câu tường thuật, bạn nên xuống giọng ở cuối câu.

	Trời mưa.
trang trọng lịch sự	비가 옵니다. bi-ga om-ni-da
trang trọng (khi viết)	비가 온다. bi-ga on-da
thân mật	비가 오네. bi-ga o-ne
thân mật lịch sự	비가 와요. bi-ga wa-yo
thân mật suồng sã	비가 와. bi-ga wa

2. Câu nghi vấn 의문문 ui-mun-mun

tip. Khi nói và đọc câu nghi vấn, bạn nên lên giọng ở cuối câu.

	Trời mưa à?
trang trọng lịch sự	비가 옵니까? bi-ga om-ni-gga?
thân mật	비가 오니? bi-ga o-ni?
thân mật lịch sự	비가 와요? bi-ga wa-yo?
thân mật suồng sã	비가 와? bi-ga wa?

3. **Câu mệnh lệnh** 명령문 myeong-nyeong-mun

tip. Trong câu mệnh lệnh, chủ ngữ là 'bạn'. Nhưng không cần nói hoặc viết ra.

	Hãy đi ra kia.
trang trọng lịch sự	저리로 **가십시오.** jeo-ri-ro ga-sip-si-o
trang trọng (khi viết)	저리로 **가라.** jeo-ri-ro ga-ra
thân mật	저리로 **가게.** jeo-ri-ro ga-ge
thân mật lịch sự	저리로 **가세요.** jeo-ri-ro ga-se-yo
thân mật suồng sã	저리로 **가.** jeo-ri-ro ga

Sự biến đổi dạng thức của động từ 동사의 활용

Động từ trong tiếng Hàn đứng ở cuối câu. Động từ là từ loại phức tạp nhất. Có một số động từ khi biến đổi dạng thức thì có thể đứng độc lập để tạo nên một câu hoàn chỉnh.
Các động từ trong tiếng Hàn được biến đổi dạng thức.
Mỗi động từ trong tiếng Hàn đều có hai phần: gốc từ và đuôi từ.
Động từ trong tiếng Hàn được sử dụng khi kết hợp với ít nhất một đuôi từ.

Động từ chỉ hành động		Động từ chỉ trạng thái		Hệ từ	
Gốc từ	Đuôi từ	Gốc từ	Đuôi từ	Gốc từ	Đuôi từ
ăn		nhiều		là (túi xách)	
먹	는다	많	다	(가방)이	다
	느냐?		으냐?		냐?
	습니다		습니다		ㅂ니다
	고		고		고
	어서		아서		어서
	는		은		ㄴ
	기		기		기

< Ví dụ về những động từ bất quy tắc >

1. Sự biến đổi của gốc từ

어간 변화 eo-gan byeon-hwa

Bất quy tắc ㄹ	알	다	biết		
		는	알는	아는	
		ㅂ니다		압니다	
		세요	알세요	아세요	
Bất quy tắc 으	기쁘	다	vui		
		어서	기쁘어서	기뻐서	
Bất quy tắc ㄷ	듣	다	nghe		
		으면	듣으면	들으면	
Bất quy tắc ㅂ	돕	다	giúp đỡ		
		아서	돕아서	도오아서	도와서
Bất quy tắc ㅅ	낫	다	khỏi (bệnh)		
		으면	낫으면	나으면	
Bất quy tắc 르	부르	다	gọi, no		
		어요	부르어요	불ㄹ어요	불러요

2. Sự biến đổi của gốc từ và đuôi từ

어간과 어미 변화 eo-gan-gwa eo-mi byeon-hwa

Bất quy tắc ㅎ	**빨갛**	다	đỏ	
		으면	빨갛으면	**빨가면**
		아서	빨갛아서	**빨개서**

3. Sự kết hợp với đuôi từ đặc biệt

특정 어미와 결합 teuk-jjeong eo-mi-wa gyeol-hap

Bất quy tắc 하다	**노래하**	다	hát	
		여	노래하여	**노래해**

tip. Một số danh từ, phó từ và gốc của động từ thêm '하다' để trở thành động từ.

< Ví dụ về sự biến đổi dạng thức của động từ >

động từ	nghĩa	ㅂ(습)니다	었(았/였) 습니다	고
가볍다 ga-byeop-dda	nhẹ	가볍습니다	가벼웠습니다	가볍고
걷다 geot-dda	đi bộ	걷습니다	걸었습니다	걷고
고맙다 go-map-dda	cảm ơn	고맙습니다	고마웠습니다	고맙고
낫다 nat-dda	tốt hơn	낫습니다	나았습니다	낫고
놓다 no-ta	để	놓습니다	놓았습니다	놓고
다르다 da-reu-da	khác	다릅니다	달랐습니다	다르고
닫다 dat-dda	đóng	닫습니다	닫았습니다	닫고
돕다 dop-dda	giúp đỡ	돕습니다	도왔습니다	돕고
멀다 meol-da	xa	멉니다	멀었습니다	멀고
모르다 mo-reu-da	không biết	모릅니다	몰랐습니다	모르고
무겁다 mu-geop-dda	nặng	무겁습니다	무거웠습니다	무겁고
받다 bat-dda	nhận	받습니다	받았습니다	받고
부르다 bu-reu-da	gọi	부릅니다	불렀습니다	부르고
살다 sal-da	sống	삽니다	살았습니다	살고
씹다 ssip-dda	nhai	씹습니다	씹었습니다	씹고
아프다 a-peu-da	đau	아픕니다	아팠습니다	아프고
웃다 ut-dda	cười	웃습니다	웃었습니다	웃고
입다 ip-dda	mặc	입습니다	입었습니다	입고
잡다 jap-dda	bắt	잡습니다	잡았습니다	잡고
춥다 chup-dda	lạnh	춥습니다	추웠습니다	춥고

는/(으)ㄴ/(으)ㄹ	(으)니까	더니	(으)면	어/아/여서	어/아/여야	어/야/여요
가벼운	가벼우니까	가볍더니	가벼우면	가벼워서	가벼워야	가벼워요
걷는	걸으니까	걷더니	걸으면	걸어서	걸어야	걸어요
고마운	고마우니까	고맙더니	고마우면	고마워서	고마워야	고마워요
나은	나으니까	낫더니	나으면	나아서	나아야	나아요
놓는	놓으니까	놓더니	놓으면	놓아서	놓아야	놓아요
다른	다르니까	다르더니	다르면	달라서	달라야	달라요
닫는	닫으니까	닫더니	닫으면	닫아서	닫아야	닫아요
돕는	도우니까	돕더니	도우면	도와서	도와야	도와요
먼	머니까	멀더니	멀면	멀어서	멀어야	멀어요
모르는	모르니까	모르더니	모르면	몰라서	몰라야	몰라요
무거운	무거우니까	무겁더니	무거우면	무거워서	무거워야	무거워요
받는	받으니까	받더니	받으면	받아서	받아야	받아요
부르는	부르니까	부르더니	부르면	불러서	불러야	불러요
사는	사니까	살더니	살면	살아서	살아야	살아요
씹는	씹으니까	씹더니	씹으면	씹어서	씹어야	씹어요
아픈	아프니까	아프더니	아프면	아파서	아파야	아파요
웃는	웃으니까	웃더니	웃으면	웃어서	웃어야	웃어요
입는	입으니까	입더니	입으면	입어서	입어야	입어요
잡는	잡으니까	잡더니	잡으면	잡아서	잡아야	잡아요
추운	추우니까	춥더니	추우면	추워서	추워야	추워요

Phụ lục

1. Theo thứ tự chữ cái tiếng Hàn 가나다순

ㄱ

ㄴ

ㄹ

ㅁ

ㅅ

ㅇ

ㅈ

ㅊ

ㅋ

ㅌ

ㅍ

ㅎ

기타

2. Theo thứ tự chữ cái tiếng Việt 베트남어 알파벳순

A

B

C

D

E

H

I

J

K

L

M

N

O

P

Q

R

T

U

V